மல்லி

(தேர்ந்தெடுக்கப்பட்ட சிறுகதைகள்)

எம். கோபாலகிருஷ்ணன்

THIAGU'S NEST OF BOOKS
தியாகு நூலகம்

மல்லி (தேர்ந்தெடுக்கப்பட்ட சிறுகதைகள்)
எம். கோபாலகிருஷ்ணன்

முதல் பதிப்பு: ஜூலை 2019
இரண்டாம் பதிப்பு: செப்டம்பர் 2022

தியாகு நூலக வெளியீடு: 03

வெளியீடு: தியாகு நூலகம்,
32, கேப்டன் பழனிசாமி லேஅவுட்,
தடாகம் ரோடு,
ஆர்.எஸ். புரம்,
கோவை - 641 002.

தொலைபேசி: 0422-2456895
கைபேசி: 94433 95895
மின்னஞ்சல்: *thiagusnestofbooks@gmail.com*

பக்கங்கள்: 176

வடிவமைப்பு /
அச்சாக்கம்: ரமணி பிரிண்ட் சொல்யூசன்,
சென்னை-89.

ISBN: 978-81-936724-1-9

விலை: ரூ. 230/

எழுத்தும் வாழ்வும்
ஒன்றென திகழும்
நாஞ்சில்நாடன் அவர்களுக்கு...

பதிப்புரை

எழுத்தாளர்களின் தேர்ந்தெடுத்த சிறுகதைகளை வெளியிடுவது, அவர்களது ஒட்டுமொத்த படைப்புகளுக்கு ஒரு முன்னோட்டமாக இருக்கும். அவர்களது படைப்புகளின் சாரத்தை வரும் காலத்திற்காக பாதுகாத்து வைப்பதாக இருக்கும். இவ்வகையில் ஜெயகாந்தன், அசோகமித்திரன் போன்றவர்களின் படைப்புகள் சிறந்த சிறுகதைகளின் தொகுப்பாகவும், ரீடர் என்றும் பல்வேறு பதிப்பகங்களாலும் நேஷனல் புக் ட்ரஸ்ட்டினாலும் வெளியிடப்பட்டிருக்கின்றன.

எம் கோபாலகிருஷ்ணன் முப்பது வருடங்களாக நாவல், சிறுகதை, கட்டுரை, கவிதை, மொழிபெயர்ப்பு என்று எழுத்தின் பல தளங்களில் இயங்கி வருகிறவர்.

அவரது சிறுகதைகள் பல்வேறு பாணிகளிலும் பல்வேறு வடிவங்களிலும் எழுதப்பட்டவை. அவற்றை ஒரு முழு தொகுப்பில் தொடர்ச்சியாக வாசிப்பதைக் காட்டிலும், தேர்ந்தெடுத்த கதைகளின் தொகுப்பாக வாசிப்பது ஒரு சிறந்த அனுபவமாகவும் ஆசிரியரை நமது மதிப்பீட்டிற்கு உட்படுத்த ஏதுவான ஒரு கருவியாகவும் அமையும். இத்தொகுதியில் வந்துள்ள கதைகளைப் பற்றி ஆசிரியரே முன்னுரையில் விரிவாகக் கூறியுள்ளார்.

எங்களது முதல் வெளியீடான “தமிழ்ச்சிறுகதையின் பெருவெளி” நூலுக்குக் கிடைத்த வாசக ஆதரவு மிகுந்த மகிழ்ச்சி அளிப்பது. அதுவே இப்புத்தகத்திற்கும் நாங்கள் எதிர்பார்ப்பது.

தொடர்ந்து செயல்பட வாசகர்களது ஒத்துழைப்பை எதிர்பார்க்கிறோம்..

கோவை, அன்புடன்
01-07-2019 **தியாகு நூலகம்**

பதச்சோறு

கல்லூரி நாட்களில் சில கதைகளை எழுதியிருந்தபோதும் அவை பிரசுரத்துக்கு அனுப்பப்படவில்லை. கைப்பிரதியாகவே நின்று போயின. அவற்றில் ஒரு கதை இப்போது கிடைத்திருக்கிறது, கதையின் இறுதிப் பக்கம் மட்டும் இல்லாமல். 1994-95 ஆண்டுகளில் யூமா வாசுகி திருப்பூரில் இருந்த நாட்களில் 'குதிரை வீரன் பயணம்' இதழுக்காக ஒரு கதையை எழுதித் தரக் கேட்டார். அப்படித்தான் என்னுடைய முதல் சிறுகதையான 'விளிம்பில் நிற்கிறவர்கள்' 1995ம் ஆண்டு பிரசுரமானது. அதே சமயத்தில் 'புதிய பார்வை' மாத இதழில் நீலமலைத் தமிழ்ச் சங்கம் நடத்திய சிறுகதைப் போட்டிக்காக 'இருப்பு' கதையை அனுப்பி அது பரிசும் பெற்றது. இலக்கியச் சிந்தனையின் தொகுப்பிலும் இடம்பெற்றது.

தொடர்ந்து வெவ்வேறு இதழ்களில் கதைகள் பிரசுரமாயின. ஆரம்ப காலத்தில் எழுதிய ஒருசில கதைகளைத் தவிர பிற கதைகள் எவையுமே பிரசுரத்துக்காக காத்திருக்க நேர்ந்ததில்லை. எழுதிய சில நாட்களிலேயே பிரசுரம் பெற்றுள்ளன.

கோவை ஐடியல் மேல்நிலைப் பள்ளியின் நிறுவனர் திரு.நஞ்சப்பன் அவரது பள்ளி வளாகத்தில் முக்கியமான பல இலக்கிய நிகழ்வுகள் நடந்துள்ளன. வண்ணதாசனின் கடிதங்களையும் அவர் வெளியிட்டுள்ளார். ஆண்டுதோறும் புதிய நாவல் அல்லது சிறுகதைத் தொகுப்பை தனது 'வைகறை பதிப்பகம்' மூலமாக வெளியிட்டார். 2000ம் ஆண்டுக்கான தொகுப்பை பரிந்துரைக்கும்படி நாஞ்சில்நாடனிடம் கேட்க அவர் என் சிறுகதைகளை முன்மொழிந்தார். அவரே முன்னுரையையும் எழுதி எனது முதல் சிறுகதைத் தொகுப்புக்கு பெருமை சேர்த்தார். பதினைந்து கதைகளைக் கொண்ட 'பிறிதொரு நதிக்கரை' வெளியானது.

2001ம் ஆண்டு சித்திரை முதல் நாளன்று நாஞ்சில்நாடனுடன் நஞ்சப்பன் ஈரோட்டிலிருந்த எங்கள் வீட்டுக்கு வந்தார். ஒரு தட்டில் வெற்றிலை பாக்கு, பழம், பூ ஆகிய மங்கலப் பொருட்களை வைத்து அவற்றுக்கு நடுவில் சிறுகதைத் தொகுப்பையும் பத்தாயிரம் ரூபாய் கொண்ட ஒரு உறையையும் வைத்து எனது பெற்றோர்களின் முன்னிலையில் என்னிடம் கொடுத்தார். சிறுகதைத் தொகுப்பு வெளியான நாளிலேயே அதற்கான உரிமைத் தொகை சகல மரியாதைகளுடன் எனக்குத் தரப்பட்ட அந்த நிகழ்வு இன்றும் எனக்கு ஆச்சரியத்தையும் மகிழ்ச்சியையும் தருவதாக என் நினைவில் இருக்கிறது.

1999ல் வெளியான ‘அம்மன் நெசவு’ நாவலைத் தொடர்ந்து எழுதத் தொடங்கிய ‘மணல் கடிகை’யில் கவனம் குவிந்திருந்த போதும் அவ்வப்போது சில கதைகளை எழுதினேன். அவ்வாறு எழுதப்பட்ட 15 கதைகளைக் கொண்ட இரண்டாவது தொகுப்பான ‘முனிமேடு’ 2007ம் ஆண்டு தேவதேவனின் முன்னுரையுடன் தமிழினி வெளியிட்டது. முதல் தொகுப்பைவிட இது கூடுதல் கவனம் பெற்றது.

2007லிருந்து 2018 வரையிலான காலகட்டத்தில் எழுதிய கதைகளைக் கொண்ட ‘சக்தியோகம்’ சிறுகதைத் தொகுப்பும், ‘வால்வெள்ளி’ குறுநாவல் தொகுப்பும் கடந்த ஆண்டு வெளியாயின.

ஏற்கெனவே வெளியாகியுள்ள மூன்று தொகுப்புகளிலிருந்து என்னால் தேர்ந்தெடுக்கப்பட்ட சிறுகதைகளைக் கொண்டது இத்தொகுப்பு. கதைகளில் நான் முயன்றுள்ள எல்லா பரிணாமங்களையும் வெளிப்படுத்தும் விதத்தில் இவற்றை தேர்ந்தெடுத்திருக்கிறேன்.

தொடக்கத்தில் திருப்பூரை பின்னணியாகக் கொண்ட ‘விளிம்பில் நிற்கிறவர்கள்’, ‘இலையுதிர் காலம்’, ‘மல்லி’, ‘இருப்பு’ ஆகிய கதைகளை இயல்பாகவே எழுதியிருக்கிறேன். பின்னாளில் ‘மணல் கடிகை’ எழுதுவதற்கான தொடக்கமாக அமைந்த சிறுகதை ‘மல்லி’. திருப்பூரில் உழைக்கும் பெண்கள் உடலளவிலும் மனதளவிலும் அனுபவிக்க நேரும் சிக்கல்களை

அழுத்தமாக சொல்லும் இக்கதை இன்றும் வீரியம் குறையாமலே இருக்கிறது என்பதால் தொகுப்பில் சேர்த்துள்ளேன்.

எழுதத் தொடங்கிய காலகட்டத்தில் மொழி சார்ந்த ஈர்ப்பு இருந்ததை உணர்த்தும் சிறுகதைகள் சிலவற்றை எழுதியுள்ளேன். 'கோட்டை', 'மண்வீணை', 'கையிலடங்காத தாமரை' போன்ற கதைகளிலிருந்து 'கஜாரிகா'வை சேர்த்திருக்கிறேன்.

எனது குடும்பத் தொழிலான கைத்தறி நெசவாளர்களின் பாடுகளையும் வாழ்நிலையையும் சொல்லும் கதைகள் என்னளவில் மிக முக்கியமானவை. இன்று இல்லாமலே போய்விட்ட ஒரு தொழிலின் பண்பாட்டு புலத்தை இக்கதைகள் வரலாற்றின் பக்கங்களில் பத்திரப்படுத்தியுள்ளன என்பது என் நம்பிக்கை. அவ்வாறு எழுதப்பட்ட 'லச்சம்', 'தோஷம்', 'பிற்பகல் விளையும்', 'இறவாப் பிணி', 'மருதாணி', உள்ளிட்ட கதைகளிலிருந்து 'அக்காவின் கருப்பு வெள்ளைப் புகைப்படம்', 'தோஷம்' ஆகிய கதைகளை தேர்ந்தெடுத்திருக்கிறேன்.

வாழ்வின் சில அபூர்வமான சந்தர்ப்பங்களில் ஏற்படும் அனுபவங்களை புரிந்துகொள்ள தர்க்க அறிவு துணை நிற்பதில்லை. அவ்வாறான நிகழ்வுகளும் அனுபவங்களும் புதிரானவையாகவே எஞ்சிவிடுகின்றன. இத்தகைய திகைப்பை அடிப்படையாகக் கொண்டு எழுதப்பட்டவை 'கையிலடங்காத தாமரை', 'பிறிதொரு நதிக்கரை', 'முனிமேடு', 'பிறழ்வு', 'வலியின் நிறம்' போன்ற கதைகள். காலப்போக்கில் வாசிப்பில் சுவை மங்காத இதுபோன்ற கதைகளை தொடர்ந்து ஏன் எழுதுவதில்லை என்ற கேள்வி எழுகின்றது. எனவே, 'முனிமேடு', 'பிறிதொரு நதிக்கரை' ஆகிய இரண்டு கதைகளை தொகுப்பில் சேர்க்க முடிவுசெய்தேன்.

'ஒற்றைச் சிறகு' காலச்சுவடு இதழில் வெளியானது. கதா அமைப்பினரால் தேசிய அளவில் சிறுகதைகளுக்காக வழங்கப்படும் 'கதா' விருதுக்காக 1999ம் ஆண்டு ஜெயமோகன் தமிழிலிருந்து பரிந்துரைத்த மூன்று கதைகளிலிருந்து இக்கதை தெரிவு செய்யப்பட்டது. அந்த முக்கியத்துவத்தைக் கருத்தில் கொண்டு தொகுப்பில் 'ஒற்றைச் சிறகு' இடம்பெறுகிறது.

மனித உறவுகள் சார்ந்தும் முக்கியமாக காமம் குறித்துமான உளச் சிடுக்குகளை சற்றே திறந்துகாட்ட முனையும் விதத்தில் எழுதப்பட்ட கதைகள் அதிகமும் கவனம் பெற்றுள்ளன. 'இரவு', 'நிழல் பொழுதினிலே' ஆகிய கதைகள் அவ்விதத்தில் முக்கியமானவை.

மனத்தின் ஆழங்களை நோக்கி அழைத்துச் செல்லவும் விளங்கவியலா இருட்டினூடே சிறிய ஒளியைப் பாய்ச்சவும் விழையும் கதைகளிலிருந்து தெரிவு செய்யப்பட்டவை 'சக்தி யோகம்', 'தருணம்', 'சூடக் கொடுத்தவள்' ஆகிய கதைகள்.

ஒருசேர இந்தக் கதைகளை இன்று வாசிக்கும்போது இன்னும் சில கதைகளை எழுதியிருக்க முடியும் என்றே நம்புகிறேன். காலப்போக்கில் என் கதைமொழியில் ஏற்பட்டிருக்கும் மாற்றங்களையும் களங்களின் தேர்வில் நிகழ்ந்திருக்கும் முதிர்ச்சியையும் கவனிக்க முடிகிறது. அந்த வகையில் இத்தொகுப்பு எனக்கு உதவியிருக்கிறது. எனது சிறுகதைகள் குறித்த நிகழ்வொன்றில் 'நல்ல கதைகளை எழுதியிருக்கும்' நான் 'பிரமாதமான கதைகளை எழுதவேண்டும்' என்று கவிஞர் இசை குறிப்பிட்டார். நல்ல கதைகளிலிருந்து பிரமாதமான கதைகளை நோக்கிய முனைப்புக்கு இத்தொகுப்பு தொடக்கமாக அமையும்.

கதைகளை வெளியிட்ட 'சொல் புதிது', 'ஆரண்யம்', 'நிகழ்', 'காலச்சுவடு', 'இந்தியா டுடே', 'கதைசொல்லி', 'உயிர்மை', 'உயிரெழுத்து', 'மழை', 'அந்திமழை', 'சொல்வனம்', 'மலைகள்', 'தமிழினி', 'இடைவெளி' ஆகிய இதழ்களை இத்தருணத்தில் நன்றியுடன் நினைத்துக் கொள்கிறேன்.

என் முதல் சிறுகதைத் தொகுப்பு வெளியாகக் காரணமாக இருந்தவர் நாஞ்சில்நாடன். எனது இலக்கிய ஆசான்களில் ஒருவரான அவரது நெருக்கமான நட்பும் உரிய வழிகாட்டுதல்களும் இன்று வரையிலான எனது செயலாக்கங்களுக்கு ஆதாரங்களாய் அமைந்துள்ளன. அவருக்கு இத்தொகுப்பை நன்றியுடன் சமர்ப்பிக்கிறேன்.

இந்தத் தொகுப்பை வெளியிட்டிருக்கும் தியாகு நூலகம் எனது கோவை வாழ்வில் முக்கியமான ஒரு இடமாகும். இங்கு

நான் சந்தித்த முக்கியமான நண்பர்கள் எனது வாசகர்கள், விமர்சகர்கள். அவர்களுடனான உரையாடல்கள் எனது வாசிப்புக்கும் எழுத்துக்கும் உரம் சேர்த்துள்ளன. அவர்களால் வெளியிடப்படும் இத்தொகுப்பு எனது இலக்கிய வாழ்வில் முக்கியமானது. என் மீதும் என் எழுத்தின் மீதும் அவர்கள் கொண்டுள்ள நம்பிக்கைக்கும் பிரியத்துக்கும் நான் செய்யும் கைமாறு இன்னும் மகிழ்ச்சியளிக்கும், நம்பிக்கையளிக்கும் விதத்தில் எழுதுவதைத் தவிர வேறென்னவாக இருக்க முடியும்?

கோவை   எம்.கோபாலகிருஷ்ணன்

06 ஜூலை 2019

பொருளடக்கம்

1. மல்லி 11
2. ஒற்றைச் சிறகு 20
3. இரவு 30
4. தருணம் 50
5. சூடக் கொடுத்தவள் 63
6. கஜாரிகா 78
7. சக்தியோகம் 88
8. பிறிதொரு நதிக்கரை 104
9. தோஷம் 114
10. நிழல் பொழுதினிலே 132
11. முனிமேடு 145
12. அக்காவின் கருப்பு வெள்ளை புகைப்படம் 161

1
மல்லி

மல்லிகாவால் தன் உடலின் அந்த வலியை துல்லியமாகப் பிரித்துணர முடிந்தது. விடியற்காலையில் அடிவயிற்றில் ஒரு புள்ளியாய் தொடங்கிய அது, மெல்ல தசைகளை பிசைந்தபடி பரவியிருந்தது. தொடைத் தசைகளை இறுகக் கவ்வி கனிந்திருந்தது. ஒற்றைக் காலூன்றி பவர் டேபிளையொட்டி நிற்க முடியவில்லை. தரையில் ஊன்றியிருந்த வலது காலின் கெண்டை தசைகளில் நடுக்கம் தொடங்கியிருந்தது. பவர் டேபிளின் படபடக்கும் அதிர்வுகள் அடிவயிற்றைத் தொட்டு வலியை சிதைத்து உடலெங்கும் இறைத்தது.

டெய்லரின் துரிதக் கைகளுக்கு பனியன் கைத் துண்டை லாவகமாக மடித்துக் கொடுக்கும் அவளின் விரல்கள் தடுமாறின. கால் கட்டைவிரலின் லேசான அழுத்தத்தில் முடுக்கம் பெற்று இரைச்சலிட்டு இயங்கும் தையல் மிஷினின் வேகம் தலைக்குள் இறங்கிச் சுழன்றது. மல்லிகாவின் தாமதக் கைகள் டெய்லர் தங்கவேலுவின் வேகத்தைத் தடைப்படுத்தியது. தலை நிமிர்த்தி முகம் பார்த்துவிட்டு மீண்டும் தையலில் கவனம் திரும்பியது.

கால் மாற்றி நிற்கலாம் என்று நினைத்தாள். வலது காலை மடக்கும்போது வலியின் ஒரு பாளம் தெறித்து தொடையிடுக்கில் சிதறி வெடித்தது. இடது கை அனிச்சையாய் அடி வயிற்றைப் பற்றியது. பனியன் துண்டுகள் சரிந்து விழ, சில துண்டுகள்

பவர் டேபிளின் சக்கரத்தில் சிக்கிச் சுழன்றன. தங்கவேலுவின் காப்புக் காய்த்த கை வேகமாய் மல்லியின் தலையில் இறங்கியது. தடுமாறி கீழே விழுந்தவள் ஒரு கணம் நிமிர்ந்து வயிற்றைப் பற்றிக் கொண்டு சுருண்டாள்.

முகம் இருண்டது. தொடையிடுக்கில் பிசுபிசுப்பாய் பரவிய அந்த ஈரத்தை பயத்துடன் உணர்ந்தாள். வயிற்றைப் பிளந்து கொண்டு ஆவேசத்துடன் வேதனை பிரவகித்தது. உடல் நரம்புகள் மொத்தமும் தொப்புளில் முடிச்சிட்டுத் திமிறின. சருமத்தை ஒட்டி, மீளும் அந்தத் திரவத் திரட்டின் இழைகள் எங்கெல்லாமோ சுண்டியிழுத்தன. உடலின் மொத்த திரவமும் திரண்டு வெளியேறும் பயங்கர அவஸ்தை. சுருண்ட நிலையிலிருந்து சற்றும் அசையத் தோன்றவில்லை. எந்தவொரு சிறு அசைவும் கம்பெனி மொத்தத்துக்கும் காட்டிக்கொடுத்துவிடும். அதற்காக இப்படியே கிடக்கவும் முடியாது. ஆடைகளை மீறி அது தலைகாட்டிவிட்டால் இன்னும் அவமானம்.

நிமிர்ந்தாள். சட்டென்று எழுந்தவள் ஓட்டமாய் வெளியேறினாள். கம்பெனியை ஒட்டிய நீண்ட சந்தில் வேகமாய் நடந்தாள். சீக்கிரம் கக்கூஸை சென்றடைய வேண்டும். ஜன்னல் தாண்டி உள்ளிருக்கும் முகங்கள் இரைச்சலான இயக்கத்தின் கண்ணிகள் பிசகாதபடி கவனமாய் இருந்தன. ஆயில் என்ஜின் படபடப்புடன் ஓடிக்கொண்டிருந்தது. நடையின் வேகத்திலும் கைகள் பாவாடையை கவனமாய் விலக்கிப் பிடித்திருந்தன.

கக்கூஸ் கதவுகள் முகத்திலடித்தன. கம்பெனியின் நூற்றுச் சொச்சம் பேரின் கழிவுகளையும் விழுங்கிக் கொள்ளும் கக்கூஸின் கதவுகள் எப்போதும்போல உள்ளே தாழிட்டிருந்தன. ஆண்கள் கக்கூஸிலிருந்து பீடிப் புகையின் நெடி பரவி மூத்திர நாற்றத்துடன் கலந்து மூச்சு முட்டியது. தரையில் பரவியிருந்த ஈரமும் நனைந்த பீடி சிகரெட் துண்டுகளும் பனியன் பிசிறுகளும் ஒரு கணம் அவளின் உடலாய் தெரிந்தன.

சத்தத்துடன் கதவு திறந்தது. குப்பென்று நாற்றம் உள்ளிருந்து விரைந்தது. நாயகி பாவாடையில் இடது கையை துடைத்தபடி

வெளியே வந்தாள். தொட்டியருகே வாளியை வைத்துவிட்டுத் திரும்பியவள். மல்லியின் முகத்தைப் பார்த்ததும் "ஏம் புள்ளே அழுகறே?" என்றபடி அருகே வந்தாள்.

பதில் சொல்லப் பிடிக்கவில்லை. தலையிலிருந்து அவளின் கையைத் தட்டிவிட்டாள். கக்கூஸிற்குள் புகுந்து கதவைத் தாளிடப் போனவள் "அக்கா! கோமதிக்காவை கொஞ்சம் வரச் சொல்றியா" என்றாள். புரிந்து கொண்டவளாய் "அப்படியா... செரி... நான் வரச் சொல்றேன்" என்று விரைந்தாள்.

பழுப்பேறிய கக்கூஸ் பேசினின் உலராத மலத்தடங்கள் முகம் சுழிக்க வைத்தன. கதவு அடைபட்டதில் அதன் தணியாத நாற்றம் அவளைப் போர்த்தியது. அந்த இடத்தின் நெடியில் வழக்கமாய் உடலெங்கும் நெளியும் கரப்பான் பூச்சிகள் இப்போது மேலும் சீற்றத்துடன் புரண்டன. பீடிப் புகையின் வீச்சமும் சேர்ந்து கொண்டிருந்தது. சுவர்களில் கிறுக்கியிருந்த கோணல் எழுத்துக்களும் அரைகுறைப் படங்களும் உதடு சுழித்துக் கொண்டு அவளது உடலைத் தீண்டி நெளிந்தன. உட்கார்ந்து கொள்ளலாம் போலிருந்தது.

"மல்லி..." கோமதியின் குரல் கேட்டதும் அவசரமாய் கதவைத் திறந்தாள். அவள் முகத்தைப் பார்த்ததும் அழுகை பொங்கியது. தேம்பலுடன் அவளை நெருங்கினாள்.

"என்னடி... தூரமாயிட்டியா..." கன்னத்தில் வழிந்த நீரைத் துடைத்துக் கொண்டே கேட்டாள்.

அவளது கேள்வி அழுகையை மேலும் உசுப்பியது. "காலைலெயே தெரியலையா... வேலைக்கு வராம இருந்துருக்கலா மில்ல..." என்றவள் மல்லியின் அழுகை வலுப்பதைக் கண்டு நிறுத்தினாள். சுற்றும் முற்றும் பார்த்தாள். இன்னும் பக்கத்து அறையிலிருந்து பீடிப்புகை நெளிந்து கொண்டிருந்தது.

"செரி..செரி... இது ரெண்டாந் தடவதானே... உனக்கு கணக்கு தெரிஞ்சிருக்காது... இப்பதான் ஆச்சா... எதாச்சும் தெரியுமா?" தணிந்த குரலில் கேட்டாள்.

“இப்பதான் போலத் தெரியுது... என்னக்கா செய்யறது?”

“செரி... நீ உள்ள போயி எல்லாத்தையும் சுத்தம் பண்ணிக்க... இதோ நா வந்தர்றேன்” என்று நகர்ந்தவள். திரும்பி “மல்லி... உள்ளயே இரு... வெளியில நின்னா இந்தப் பசங்க வம்பு பண்ணுவானுங்க...” எச்சரித்தவாறே போனாள்.

கக்கூஸிற்குள் புகுந்து கொண்டதும் வீச்சம் மறுபடியும் அவளைத் தாக்கியது. கண்களை இறுக மூடிக்கொள்ள வேண்டும் போல அருவருப்பு கவ்விக்கொண்டது. இந்த அவஸ்தை போன மாதம்தான் தொடங்கியது. ஆற்றுதலற்ற வலியையும் உடலிம்சையையும் முதல் தடவையாய் அனுபவித்த போது தன் உடல் மீதே வெறுப்பேற்பட்டது. நல்ல வேளை, அன்றைக்கு ஞாயிற்றுக் கிழமை. லீவு நாள். துணி துவைத்துக் கொண்டிருக்கும்போதுதான் அது நடந்தது. ஆனால் அப்போதைய இம்சையை விட இப்போது பயமும் உடல் நடுக்கமும் கூடுதலாயிருந்தது. இப்படி கம்பெனியில், இத்தனை ஆண்களுக்கு மத்தியில். நினைக்கும் போதே உடல் கூசியது. இனி திரும்பவும் பவர் டேபிளுக்குப் போவதையே நினைத்துப் பார்க்க முடியவில்லை.

டெய்லர்களும், கை மடிப்பான்களும் இதற்காகவே காத்திருப்பார்கள். சாதாரணமாகவே பெருத்த தொல்லை வேலையில் மும்முரமாக இருக்கும் போதே சந்தர்ப்பம் கிடைத்தால் புட்டத்தைத் தட்டுவார்கள். மாரில் கை வைப்பார்கள். எல்லாவற்றையும் விட அவர்களின் வார்த்தைகள் - மொத்த உடம்பையும் பதம் பார்ப்பவைகள். தலைகுளித்து முதல் நாள் வேலைக்கு வந்தபோது அவளால் தலை நிமிர்த்தவே முடியாமல் அவளது உடலின் புதிய மாற்றங்களை காமம் வழியும் வார்த்தைகளால் தொட்டபடி அவள் மீது கவிந்திருந்தார்கள்.

டெய்லர் கந்தசாமி தங்கவேலுவிடம் “உனக்கென்ன தங்கவேலு. உங்காளு பெரிய மனுசி ஆயிட்டா. இனி அமோகந்தான். வெடிநைட் உருட்டித் தள்ளலாம்” என்று சொல்ல பவர் டேபிளே சிரிப்பில் அதிர்ந்தது.

“உங்க கைராசியே தனிதான் தங்கண்ணே... கை மடிக்க நின்ன ரெண்டு மாசத்துல பன்னெண்டு வயசு பொடுசையே பெரிய மனுஷி ஆக்கிட்டிங்களே.” மீண்டும் அதே வெறிச்சிரிப்பு.

“மல்லி... இனி நீயும் அடாஸ் ஜட்டி சேத்து வெச்சுக்குவே... வேணும்போது சொல்லு... நான் தர்றேன்” கண்ணாடி டெய்லரின் கரிசன வார்த்தைகளின் பொருள் முழுக்கப் புரியாத போதும் கூட எரிச்சல் மேலிட்டது.

கோமதி மீண்டும் கதவைத் தட்டியபோது நடுக்கம் இன்னும் மிச்சமிருந்தது.

“என்னடி.. பாவாடையில் எதும் ஆகலியே... இந்தா இதப் போட்டுக்க...” என்று கை நீட்டினாள். கம்பெனியில் அப்போது தயாராகிக் கொண்டிருந்த ஜட்டி அது. கூடவே கட்டிங் வேஸ்டின் சில துண்டுகள்.

“இதப் பாரு... வெளில வந்ததும் முகத்தை சாதாரணமா வெச்சுக்க... இதெல்லாம் போகப் போகப் பழகிடும்... என்ன... யாரு என்ன சொன்னாலும் காதுல போட்டுக்காம... நீ பாட்டுக்கு உன் வேலையப் பாரு... திருப்பியும் அப்பறமா துணிய மாத்தனும்னா சொல்லு... நா வர்றேன்...” கோமதியின் அருகாமை பயத்தைக் குறைந்திருந்தது. ஆனாலும் சாதாரணமாய் நடக்க முடியவில்லை. தலையை நன்றாய் நிமிர்ந்து பார்க்கத் தயக்கமாகவே இருந்தது.

சூடான டீ தெம்பளித்தது. கோமதியின் நிழலாகவே உள்ளே போனாள். தங்கவேலுவிடம் காதில் குசுகுசுப்பாய் ஏதோ சொல்லிக்கொண்டிருக்கும் போதே... சிவராஜ் கெக்கலித்த படியே கேட்டான்... “என்ன மல்லி... செவப்பு ரிப்பனா...?”

சற்றுக் கூடியிருந்த தைரியம் பொடிப் பொடிப்பாய் நொறுங்கியது. அம்மணமாய் நிற்பது போல உடல் கூசினாள், பவர் டேபிளின் இரைச்சலுடன் சேர்ந்து விரச ஒலிகள் அவளைத் தொட்டன.

தங்கவேலு கொதிப்படைந்தான்... “சனியனே... அந்த லட்சணத்தோடதான் இங்க ஒட்டிட்டு இருந்தியா...” முகத்தில் அருவருப்பும் வெறுப்பும் முண்டின.

“பவர் டேபிள் பக்கம் வந்தராதே... அந்த மூலைல உக்காந்து அடிக்கிக் கட்டு...” மூலைக்கு மூலை விரட்டித் துரத்தின குரல்கள்.

பனிரெண்டு மணிக்கு சாப்பாட்டுக்கு நிறுத்திய போது போகப் பிடிக்கவில்லை, மாடிப் படிகளையொட்டி சுருண்டு கிடந்தாள். மடங்கின கால்களின் அழுத்தம் வலியை நிதானப் படுத்தியிருந்தது. வீட்டுக்குத் திரும்பினால் அம்மா கால் வைக்க விடமாட்டாள். காலையில் அவள் போட்ட கூச்சலே இன்னும் அடங்காமல் ஒலித்தது.

“ஓ... நீ பெரிய மனுசி ஆயிட்டியா... தூரமாகற மாதிரி இருக்குதாம் வேலைக்குப் போவலியாம்... வேலைக்கு போகாம வீட்டுலயே நாலு நாள் உக்காந்துட்டா... மொதலாளி சம்பளத்த வீட்டுக்கு கொண்டு வந்து தருவானா? ஒழுங்கா மூடிட்டு, சோத்துப் போசிய எடுத்துட்டு... கௌம்பற வழியைப் பாரு... கம்பெனிக்குப் போறவளுங்கெல்லாம் உக்கார்றதே இல்லியா... நீ மட்டுந்தா அதிசயமா?”

சுளீரென்று முதுகில் விழுந்த அடி அம்மாவின் விரட்டலைத் துண்டித்து எழுப்பியது.

“தூங்கினது போதும்டி... கழுதை! எந்திரிச்சு போய் வேலையப் பாருடி...” கணக்குப் புள்ளையின் விரட்டலில் எழுந்து உள்ளே போனாள்.

கால்களை மடக்கி உட்கார்ந்து கொண்டு பனியன்களை உதறி அடுக்குவது தேவலையாயிருந்தது. உதறும் போது கைகளில் மட்டும் தளர்ச்சி தலை காட்டியது. மூன்று மணி வரையிலும் சமாளிக்க முடிந்தது. மீண்டுமொரு மின்னல் கால்களில் திளைத்து அடிவயிற்றில் பாய்ந்தது. தீக்கங்குகள் சிதறி தசைகளைக் கவ்வின. இத்தனை நேரம் உணராத அசௌகர்யமான பிசுபிசுப்பையும் ஈரத்தையும் உணர்ந்தாள். தன்னிச்சையான ஒரு திரவத்தடம் தொடைகளில் வழிந்து கீழிறங்கும் குறுகுறுப்பு முகம் சுளிக்க வைத்தது. விரைந்து நகரும் அதன் அசைவுகள் அபாயகரமாயிருந்தன. கால்களை பாவாடைக்குள் இழுத்து மறைத்தாள்.

கோமதியுடன் திரும்பவும் பின்பக்கம் நடந்தாள்.

இரைச்சலில் முளைத்த சொற்கள் ஒவ்வொன்றும் அவளது அந்தரங்கத்தைத் தீண்டிச் சென்றன.

“அடாஸ் பீஸ் வேணுமா... மல்லி...” ஆபாசத்துடன் அவளைக் கவ்வி விலகியது ஒரு குரல்.

அழுகை வெடித்தது,

கோமதி இப்போதும் ஒரு புது ஜட்டியை கொடுத்தாள்.

“உள்ள போயி.. அதக் கழட்டிட்டு இதப் போட்டுக்க...” கக்கூஸ் வீச்சத்துடன் திரும்பவும் அவளை உள்ளிழுத்துக் கொண்டது. கதவைத் தாளிடும் முன்பே கோமதி தலையை நீட்டி.., “மல்லி... இரு... ஒரு நிமிஷம்...” என்றவள் மாடிப் படிகளை நோக்கி விரைந்தாள். திரும்பி வந்தவள் மல்லியின் கையில் செங்கல் துண்டொன்றைக் கொடுத்து...” இந்தா... கழட்டுனதுணியை இதுல சுத்தி... பேசினுக்குள்ள போட்டுரு... அப்புறமா தண்ணிய ஊத்து... இல்லைன்னா அப்புறம் அது வேற மேலேயே மொதந்துட்டு இருக்கும்...”

பீங்கான் பேசின் சத்தத்துடன் துணிச் சுருளை உள்வாங்கிக் கொண்டது.

திரும்ப அவள் உள்ளே நுழையக் காத்திருந்தது போல் ஆண் குரல்கள் அவளைச் சூழ்ந்தன.

“என்ன மல்லி... உம் பங்குக்கு செப்டிக் டேங்கில் ஸ்டாக் சேத்திட்டயா?”

“ஆமா.. இனி அதும் சேந்துட்டு பைப் அடைசிட்டு... எல்லாத்தையும் தெறந்து வெளியே எடுத்து சுத்தம் பண்ணும் போதுதான் தெரியும்... நாலு நாளைக்கு மனுஷன் வேலை செய்ய முடியாது... மூக்கைக் கழட்டி வீட்டுலதான் வெச்சுட்டு வரணும்.”

“போன தடவை அள்ளி வெளியில போட்ட துணியே ஒரு கேஸ் இருக்கும்... அதப் பாத்ததுக்கப்பறம் முதலாளி அடாஸ் துணி கணக்கையே கேக்கறதில்லையாம்...”

“பாவம்டா அவரு... இவளுகளுக்குன்னு பாத்து உடைஞ்ச செங்கல் வேற அரைலோடு எறக்கணும் போலிருக்கு...”

பவர் டேபிளின் எல்லா மெஷின்களிலும் அவளை கச்சிதமாய் மடக்கிச் செலுத்தினார்கள். ஊசி முனைகள் சதையைத் துளைத்து ரத்தப் பொட்டுடன் நீங்கின. உடலின் மெல்லிய வலிப் பிரதேசங்களை கண்களின் திரி பிளந்த நாவுகள் நக்கியபடி ஊர்ந்தன. கை மடிப்பான்கள் டெய்லர்களுக்கு வாகாய் வார்த்தைகளை மடித்து மடித்துக் கொடுத்தார்கள். நுட்பமான இறக்குமதி தையல் மெஷின்களில் இரைச்சலில் மல்லியின் கீச்சுக் குரல் சன்னமாகி மறைந்தது.

இரவு எட்டரை மணியாகிவிட்டது. சம்பளம் வாங்கிக் கொண்டு வெளியே வருவதற்குள் அவள் உலர்ந்து வாடியிருந்தாள். இருட்டு ஆறுதலாயிருந்தது. அடிவயிற்றில், தொடைகளில் இறுகியிருந்த வலியைக் கலைக்காமல் கால் வைத்து நடக்க வேண்டியிருந்தது. பாதத்தின் கூடுதல் அழுத்தமோ ஒரு இடறலோ கூட அதன் உக்கிரத் தாக்குதலுக்கு போதுமானதாயிருந்தது.

பஸ்ஸின் நெரிசலும் வியர்வை நெடியும் உடல்களின் காந்தலும் எதுவுமே அவளுக்கு உரைக்கவில்லை. களைப்பில் கண்கள் மூடிக்கொள்ள கக்கூஸின் நெடி அவளை அள்ளிக்கொண்டது. அதன் சுவர்கள் பிளந்து நீண்ட கைகள் எங்கும் ரோமக் காடுகள். குறுகுறுக்கும் அவற்றின் உரசலில் தடுமாறியவளை புரட்டி எறிந்தது வார்த்தைகள். காற்றில் சுழன்று வசமிழந்து விழுந்தாள். புரண்டாள். அந்த இடம் இறுக்கமுமின்றி குழைவுமின்றி நெளிந்தது. உடல் புரள சத்தமிட்டது. குமிழியிட்டப் பரப்பை கிழித்துக் கொண்டு முளைத்த அந்தத் துணிச்சுருள் உடலைச் சுற்றத் தொடங்கியது. தீட்டுக் கறைகளும் மலப்புரட்டலுமாய் அது நெளிந்து கால்களில், தொடைகளில், இடுப்பில் ஊர்ந்து மேலேறியது. உதற முடியாமல் கைகளை முடக்கி தோள்களில் சுருண்டது. இதற்கென காத்திருந்தது போல் பீங்கான் பேசின் ஓங்காரத்துடன் வாய் பிளந்தது. கால்களை கவ்வி உள்ளிழுக்கக் தொடங்கியது. வழவழத்த அதன் உட்புற குழாய்களின் சுவர்கள் நெகிழ்ந்து உடலை உள்வாங்கிக் கொண்டன.

தலை மட்டும் நுழையாமல் சிக்கிக் கொள்ள, செங்கல் ஒன்றை வன்மத்துடன் நங்கென்று தலையில் போட்டான் தங்கவேல். ஒரு கணம் முகம் நிமிர தொட்டித் தண்ணீர் தலையில் விழுந்து நிறைந்து திணறலுடன் முகம் நீரில் முங்கி மறைய... அடிவயிற்றிலிருந்து திரண்டெழுந்த ஒரு புரட்டல் அவளை பின்தள்ளி குபுக்கென்று வெடித்தது.

பஸ் அவர்களை இறக்கிவிட்டுப்போய் வெகு நேரமாகியிருந்தது. கோமதி மல்லியின் தலையை பிடித்துக் கொண்டிருந்தாள். வாயிலிருந்து எச்சில் கோடுகள் ஊசலாடின. தொண்டையில் கசப்பும் எரிச்சலுமாய் குமட்டல் இருந்தது. தூரத்திலிருந்த மின் விளக்கின் வெளிச்சம் பாதையில் நீண்டு கிடந்தது. மல்லிகா எழுந்து நடப்பதற்காய் கோமதி காத்திருந்தாள்.

(ஆரண்யம், 1999)

2

ஒற்றைச் சிறகு

நிழலில் நிறுத்தியிருந்த வண்டியை நெருங்கிய போதுதான் இலவம்பஞ்சு மரத்தின் கிளையில் உட்கார்ந்திருந்த அந்தப் பறவையை கவனித்தான். எடுப்பான மஞ்சளில் நீண்டிருந்த அதன் அலகுதான் அவன் கண்ணைப் பறித்தது. மெத்தென்ற கழுத்துப் பகுதியில் புள்ளி தெளித்ததுபோல் அடர் நீலமும் சாம்பல் நிறமும் படர்ந்து பளபளத்தன. இளஞ்சிவப்பும் நீலமும் கலந்து அடுக்கியிருந்த சிறகு வரிசையில் பொன்னிறக் கோடுகள் மினுமினுத்தன. இலவம்பஞ்சு மரத்தின் நீண்ட அடர்பச்சை இலைகளின் பின்னணியில் அதன் வண்ணங்கள் திருத்தமாயிருந்தன. இறுக்கமான மன அழுத்தத்தைப் பங்கிட்டுக் கொள்ள காத்திருப்பதுபோல் கண்ணில்பட்ட அந்தப் பறவையைக் கூர்ந்து கவனிக்கத் தொடங்கினான்.

அலையும் அதன் கண்களில் பதற்றம் தெரிந்தது. மரக்கிளையில் தத்தும் அதன் அசைவுகளில் பிசகிருந்ததை கவனிக்க முடிந்தது. எப்போது வேண்டுமானாலும் கால்களின் பிடி தளர்ந்துவிடும்போல தடுமாறியது. பார்த்துக் கொண்டிருக்கும்போதே அது விர்ரென்று சுழன்று விழத் தொடங்கியது. அவனுடைய கைகள் அனிச்சையாய் நீண்டன. நீட்டிய கைகளில் விழாமல் அது வண்டியின் மெத்தென்ற இருக்கைப் பகுதியில் விழுந்தது. அதன் உடல்

துடித்துக் கொண்டிருந்தது. பதற்றத்துடன் கையிலெடுத்துக் கொண்டான். அதன் வெதுவெதுப்பு அவனை சிலிர்க்க வைத்தது. இறகுகளின் வழவழப்பும் அடர்ந்த வண்ணங்களும் கனவைக் கையிலேந்தியவனாய் அவனைத் தடுமாற வைத்தன. நீண்ட அலகுகள் பக் பக்கென்று திறந்து விரிந்தன. கண்கள் செருகியிருந்தன. கவனமாய் சிறகுகளை விலக்கிப் பரிசோதித்தான். அடி வயிற்றில் அடிபட்டதின் அடையாளம் தெரிந்தது. சிவப்பாய் கந்திப் போயிருந்தது. அந்த இடத்தில் விரல் பட்டதும் உடல் திடுக்கிட்டு வெட்டியது. அதன் துடிப்பு அவனைத் தடுமாற வைத்தது. ஒரு சொட்டுத் தண்ணீர் அதை சாந்தப்படுத்தக்கூடும். வண்டியின் இருக்கையில் கிடத்தி பாட்டிலிலிருந்து தண்ணீரை அதன் வாயில் சொட்டுச் சொட்டாக ஊற்றினான். தொண்டையில் ஈரம் இறங்கியதும் அதன் கண்களில் சாந்தத்தின் நிழல் அசைந்தது. இன்னும் இரண்டு சொட்டுத் தண்ணீரைப் புகட்டினான். திரும்பவும் பறவையைக் கையிலேந்திக் கொண்டான். இப்போதும் உடலின் துடிப்பு தணியாமலிருந்தது. என்ன செய்வதென்று புரியவில்லை. இவனின் பதற்றத்தைத் தாங்காததாய் அது கையிலிருந்து துள்ளி விழுந்தது. மண்ணில் புரண்டது. தாங்காத வேதனையுடன் கிறீச் கிறீச்சென்று கத்திக்கொண்டே உருண்டது. நளினங்களைக் குழைத்துப் பூசிக் கொண்டிருந்த அதன் சிறகுகள் புழுதியில் துவண்டன. வேதனைக் கீச்சலில் நிறங்கள் மிரண்டன. வலியின் உச்சத்தில் விலுக்கென்று வெட்டிய உடல் பின் மெதுவாக ஓய்ந்து அடங்கியது. திரண்டு வழிந்த நீரோடு கண்கள் ஆகாயத்தை வெறித்து நின்றுவிட்டன.

மரணத்தை அத்தனை நெருக்கத்தில் பார்த்த அதிர்ச்சியுடன் அவன் நின்றிருந்தான். அதன் ஓங்காரம் இன்னும் ஒலித்துக் கொண்டிருந்தது. நிற்க முடியாமல் நடுங்கிக்கொண்டே மண்டியிட்டு உட்கார்ந்தான். நெஞ்சின் படபடப்பு காதுகளில் கேட்டது. உயிரடங்கிக் கிடந்த பறவையின் கண்கள் தன்னையே துளைப்பதுபோல உணர்ந்தான். துக்கம் நெஞ்சையடைத்தது. இப்போது அதன் வண்ணங்கள் மிரட்சியடைய வைத்தன. மெதுவாக அதைக் கையிலெடுத்தான். உடல் கனத்தது. இன்னும்

வெப்பம் மிச்சமிருந்தது. என்ன செய்ய வேண்டுமென்று தெரியவில்லை. புதைத்துவிடலாம் என்று தோன்றியது. ஆனால் அந்தக் காரியத்தைச் செய்கிற மனோபலம் தனக்கிருக்குமா என்ற சந்தேகமும் எழுந்தது. தீர்மானிக்க முடியாதவனாய் கிணற்றுப்பக்கம் நடந்தான். நிழல் விரிந்திருந்த கிணற்று மேடையில் பறவையின் உடலைக் கிடத்தினான். ஒருமுறை மெதுவாக உடலைத் தடவினான். விரைவாய்ப் பின்னகர்ந்து திரும்பிப் பார்க்காமல் வேகமாய் நடந்தான்.

பறவையின் குரல் பின்தொடர்ந்து வந்தது. எதையும் கவனிக்காதவன்மாதிரி வண்டியை அவன் செலுத்திக் கொண்டிருந்தாலும் துரத்தும் குரலை கேட்காமல் இருக்க முடியவில்லை. ஆஸ்பத்திரி வாசலில் வந்து நின்ற பிறகுதான் அவன் படபடப்புத் தணிந்தது.

"எத்தன நேரமா இங்க உக்காந்திருக்கிறது. நேரத்துலய வரேன்னு சொல்லிட்டு..." அவளின் குரலில் சலிப்பும் குற்றச்சாட்டும் வெடித்தது.

அவன் பதிலேதும் சொல்லவில்லை.

வானை வெறித்திருந்த பறவையின் கண்கள் மனதைக் கொத்திக் கிளறிக் கொண்டிருந்தன. உள்ளங்கையில் உணர்ந்த அதன் உடல் வெப்பம் நெருப்பாகிச் சுட்டது. நிலைகொள்ள முடியாதவனாய் வாசலில் அங்குமிங்கும் நடந்தான்.

வெயில் சரிந்துகொண்டிருந்தது. அதன் மஞ்சள் வெளிச்சம் சற்றும் பொருத்தமற்ற ஆரவாரமாய் உறுத்தியது. சீக்கிரம் இருட்டிவிட்டால் தேவலை என்று நினைத்தான்.

ஆஸ்பத்திரியிலிருந்து புறப்பட்டபோதும் அப்படியே தானிருந்தான். பின்னால் உட்கார்ந்திருந்த அவளின் எந்தக் கேள்விக்கும் பதில் சொல்லாமல் வண்டியை செலுத்திக் கொண்டிருந்தான். அவனின் வார்த்தைகளைக் கொத்திப் பறந்திருந்தது அந்தப் பறவை. டாக்டரிடமும் அவன் வாய் திறக்காமல் உட்கார்ந்திருந்ததைப் பற்றி எரிச்சலுடன் பேசிக் கொண்டே வந்த அவளுக்கு அவனது மௌனம் புதிராயிருந்தது.

பழ குடோன் திருப்பத்தில் ரோட்டிலிருந்து சற்று விலகி ஒதுங்கியிருந்த அந்த இடத்தில் நின்றிருந்த கூட்டத்தைப் பார்த்ததும் கட்டளை கேட்டது போல வண்டியை நிறுத்தினான். அந்த இடம் அவனது நிச்சலனத்தைக் கலைத்து அழைத்தது. அவளை வண்டியருகேயே இருக்கும்படி சொல்லிவிட்டு கூட்டத்தை நெருங்கினான். சலசலப்புடன் திரண்டிருந்தவர்களை விலக்கிக்கொண்டு எட்டிப் பார்த்தான். நிரம்பி வழிந்த குப்பைத் தொட்டிதான் முதலில் கண்ணில்பட்டது. இன்னும் இரண்டொருவரை விலக்கிக் கொண்டு முன்னகர்ந்தான். இப்போது பார்வைகள் குவிந்திருந்த அந்த வெள்ளைப் பொட்டலத்தைப் பார்க்க முடிந்தது. வெண்ணிற வேட்டித் துணியில் சுற்றிக் கிடந்த அது அசைந்தது. துணி விலகிய இடத்தில் பிஞ்சுக் கால்களின் மென்மை தெரிந்தது. துணியில் படர்ந்திருந்த ஈரமும் நிணமும் அது பூமியில் விழுந்து வெகு நேரமாகவில்லை என்பதைச் சொன்னது. முகத்தில் கீறலாய் தெரிந்த கண்கள் இன்னும் திறந்திருக்கவில்லை. நெற்றியில் உட்கார்ந்த ஈக்களை யாரோ விரட்டினார்கள். அவை எழுந்து பறந்து திரும்பவும் அங்கேயே ரீங்கரித்துக் கொண்டு உட்கார்ந்தன. அந்தப் பெண் புடவைத் தலைப்பை விசிறி விரட்டினாள். ஈக்கள் பறந்து அமரும்போது முகம் சுளித்தது. அந்தக் குப்பைத் தொட்டிக்கு சற்றும் பொருந்தாமல் பிறந்த நிறத்துடன் கிடந்தது அது.

“எந்த மகராசிக்கு இப்படியொரு மனசு வந்ததோ. மொலவாசம் கூட காட்டாம எறிஞ்சுட்டுப் போயிருக்கா” அங்கலாய்ப்புடன் சொன்ன கிழவியின் முகத்தில் பதற்றமிருந்தது.

“ஒழுங்காப் படுத்துப் பெத்துருந்தா பாசமிருக்கும். அவசரத்துக்கு ஒதுங்கின முண்டைகளுக்கு அதெல்லாம் எங்க.”

“அனாதை ஆசிரமம் அரசாங்கத் தொட்டில்னு எங்கனாச்சு போட்டிருந்தாலும் புண்ணியமாப் போயிருக்கும். இப்படி குப்பையில் போட்டிருக்காங்களே.”

சுற்றிச்சுற்றி பேச்சு மட்டும் வந்துகொண்டிருந்தது. நெருங்குவார் யாருமின்றி குழந்தை கிடந்தது. தன் துடிப்பை சொல்கிற மாதிரி அவ்வப்போது லேசாக அசைந்தது. துவண்டுபோய் அழக்கூட திராணியற்றதாய் கிடந்தது.

அவனால் இன்னும் பார்த்துக்கொண்டு நிற்க முடியவில்லை. குறுகுறுப்பாயிருந்தது. செலுத்தப் பட்டவனாய்க் குழந்தையை நெருங்கினான். குனிந்து அதைத் தூக்கியெடுப்பதற்காகக் கைகளை நீட்டினான்.

"உங்களுக்கெதுக்கு சார் வீண் வம்பு" ஒரு குரல் அவன் கைகளைப் பின்னுக்கிழுத்தது. கூட்டத்திலிருந்து வெளியே தள்ளியது. மீற முடியாதவனாய் மெல்ல வண்டியருகே வந்தான். "என்னது. எதோ குழந்தை அது இதுன்னு பேசிக்கறாங்க." அவளின் கேள்வியைப் புறக்கணித்துவிட்டு வண்டியைச் செலுத்தினான். வீடு வந்து சேரும் வரையிலும் அது என்னவென்று கேட்டுத் துளைத்தும் அவன் பதில் சொல்லவில்லை.

கதவைத் திறந்ததும் கேள்விகளோடு காத்திருந்தவர்களுக்கெல்லாம் அவளேதான் பதில் சொன்னாள். குற்றச்சாட்டின் விளிம்பை எட்டிக் கொண்டிருந்த கேள்விகளுக்கு தயக்கமும் அச்சமும் வார்த்தைகளை விழுங்கிவிட்ட குரலில் அவளின் பதில்கள்.

"நாளைக்கு காலைலேதான் ரிப்போர்ட் கிடைக்கும். டாக்டர் பாத்துட்டு சொல்றேனாங்க."

அவன் வார்த்தைகளற்றுக் கிடந்தான். அசுரத்தனமான அந்தச் சுமை அவன் மார்பெலும்புகளை நொறுக்கிக் கொண்டு அழுத்தியது. கவ்வும் பிடியிலிருந்து தப்பிக்க வழியின்றி அரைபடும் பூச்சியாக நெளிந்தான். பீறிட்டு வெடிக்கும் அழுகையைத் தேக்கிக்கொண்டு புரண்டு தவித்தான். அவள் அமைதியாய் தூங்கியிருந்தாள். கேள்விகள் கிளறிவிட்டிருந்த ரணத்தை ஆஸ்பத்திரியின் அலுப்பு போர்த்தியிருக்கவேண்டும். அந்த வலியின் கண்ணியேதும் கழன்று விழுந்தபின் அவளாலும் இப்படித் தூங்க முடியாது.

வெறுமனே மூடிய இமைகளுக்குள் குழந்தை அசைந்தது. அதன் கீறல் அழுகை பேரோசையாய் வலுத்தது. காதுகளைப் பொத்தியிருந்த கைகளைத் துளைத்துக்கொண்டு பாய்ந்தது. உடலில் அப்பியிருந்த ரத்தச் சாறும் நிணமும் தந்த பிசுபிசுப்பின் இழைகளைக்கொண்டு குழந்தையின் பிஞ்சு விரல்கள் பின்னிய வலையில் சிக்கித் கொண்டு திணறினான். கை கால்களை சற்றும் அசைக்க வழியின்றி அது உடலெங்கும் சுற்றி இறுக்கியது. உடல் குறுகி பூச்சியாய்த் தத்தளிக்க குழந்தையின் முகத்தில் சிலந்தியின் நிழல் சிரித்தது.

அந்தச் சிரிப்பின் உக்கிரம் தாங்க முடியாமல் தன்னைக் கலைத்துக் கொண்டு கண்களைத் திறந்தான். யாராவது நிச்சயமாய் அதை எடுத்துப் போயிருப்பார்கள் என்று நினைப்பது ஆறுதலாயிருந்தது. எத்தனை பேர் சூழ்ந்திருந்தார்கள்? நிச்சயமாய் யாராவது அதையெடுத்து பத்திரப்படுத்தியிருக்க வேண்டும்! பெண்கள் சிலர்கூட இருந்தார்களே. அந்தப் பிஞ்சு உயிரை குப்பையிலேயே விட்டுப் போய்விட மாட்டார்கள். ஆமாம். அது இப்போது நிம்மதியாய் தூங்கிக்கொண்டிருக்கும். அதன் தொட்டிலை யாராவது அசைத்துக் கொண்டிருப்பார்கள். இப்படி நினைப்பதே சமாதானமாயிருந்தது. மனம் லேசாகி மிதக்கத் தொடங்கியது.

எல்லாம் ஒரே நிமிஷம்தான். திரும்பவும் மனசு புரண்டு கொண்டது. எல்லோருமே தன்னைப் போலவே அவரவர் வேலையைப் பார்த்துக் கொண்டு போயிருந்தால்? நமக்கெதுக்கு வம்பு என்கிற எண்ணம் தன்னிலிருந்து எல்லோருக்கும் ஏன் தொற்றியிருக்க முடியாது? அந்தத் தொட்டிலை அசைக்கும் காரியத்தைத் தானே ஏன் செய்திருக்கக் கூடாது? குறைந்தபட்சம் தகவல் தெரிவிக்கக்கூட முயற்சி செய்யாமல் முகம் திருப்பி வந்தது எதில் சேர்த்தி? தொடர்ச்சியான கேள்விகள் நெளிந்தன. படுத்திருக்க முடியாமல் எழுந்து உட்கார்ந்தான்.

கதவைத் தட்டும் சத்தம் கேட்டது. மிக மெதுவாய் இருளைக் கலைக்காமல் சன்னமாய் வந்தது ஓசை. இழைகளைக் களைந்து விடுபட்டு முன்னறைக்கு வந்தான். சப்தமெழுப்பாமல் கதவைத்

திறந்தான். சிலீரென்ற காற்று அவனைக் கடந்து உள்ளே சென்றது.

வாசலில் யாருமிருக்கவில்லை.

தடையற்றுப் பரவியிருந்த இருட்டுக்கு நடுவே அங்கங்கே குமிழிகளாய் வெளிச்சம் மின்னியது.

உள்ளே போகப் பிடிக்காமல் படிகளிலேயே உட்கார்ந்தான். லேசான காற்றில் வாசல் வேப்பமரம் அசைந்து கொண்டிருந்தது. அதன் நிழலசைவுகள் அவன் கால்களை நனைத்துக் கொண்டிருந்தது. பாதங்களில் படர்ந்த ஈரம் மெதுவாய் கால் வழியே உடலில் பரவ கண்களை மூடிக் கொண்டு அது உச்சந்தலையைத் தொடும் நிமிஷத்தை எதிர்பார்த்திருந்தான். முதுகுத் தண்டின் உச்சி நுனியிலிருந்து ஜிவ்வென்று மேலேறிய நிமிஷத்தில் அந்தக் குரல் அவனை அழைத்தது. அர்த்தங்களின் கலங்கல்கள் இல்லாத குரல். அந்தக் குழந்தையின் வார்த்தைகளற்ற குரல்.

புலன்கள் கூர்பெற்று எழுந்து நின்றான். அந்தக் குரல் மரத்திலிருந்துதான் வந்தது. உற்றுப் பார்த்தான். அடர்ந்திருந்த இருட்டு மெல்லத் தேய்ந்து பரவியது வெளிச்சம். கிரணங்களின் பரப்பில் அந்தப் பறவையைப் பார்க்க முடிந்தது. தாழ்ந்த கிளையொன்றில் சிறகுகளைக் கோதியபடி அது உட்கார்ந்திருந்தது. இருளும் வெளிச்சமுமான குழப்பத்திலும் அதன் வசீகர நிறங்கள் ஒளிர்ந்தன. நீலமும் சிவப்பும் துலக்கம் பெற்று ததும்பிய வண்ண அலைகளுக்குள்ளிருந்து பறவையின் ஸ்வரம் மீட்டப்பட்டு இசைந்தது. அலையென நிறச் சிறகுகள் அசைந்து மேலெழும்ப இரைச்சலிட்டபடி அவன் காலடியில் வந்தமர்ந்தது அது.

அசையும் சிறகுகளை கண்சிமிட்டாமல் பார்த்துக் கொண்டே உட்கார்ந்தான். அள்ளிக் கையிலெடுக்கக் குனிந்தவன் நம்ப முடியாதவனாய் படிகளில் சாய்ந்தான். நீலச் சிறகுகளைப் போர்த்திக் கொண்டு அந்தக் குழந்தை தவழ்வதுபோல்

காலடியில் இருந்தது. அதன் விலாப்புறங்களில் நிறமாலையாய் கிடந்தன சிறகுகள். புன்னகையில் துலங்கின அதன் முகத்தில் பறத்தலின் சந்தோஷம். துறுதுறுப்பான அதன் கண்களில் உல்லாசத் துளிகள் ஈரமாய் மின்னின. முகத்தின் சிரிப்பு மாறாமல் அவனை கை நீட்டி அழைத்தது. அந்த அழைப்பு தவிர்க்க முடியாததாயிருந்தது. மறுக்க முடியாதவனாய் அதை நெருங்கி கைகளை நீட்ட பளிங்குப் பந்தாய் தாவி கைகளில் வந்தது. ஏந்திக் கொண்டு படிகளில் உட்கார்ந்தான். மெத்தென்ற உடலின் இளஞ்சூடு பரவசமாயிருந்தது. உள்ளங்கால்களை வருடி சிலிர்க்க வைத்தது. குழந்தையின் முகத்தில் கூடியிருந்த சாந்தம் அவனுக்குள் பரவியது. சிறகுகள் அவன் வயிற்றை உரசிக் கொண்டு இழைந்தன. இன்னொரு புறம் கால்களைத் தொட்டுக்கொண்டு வண்ணங்கள் வழிந்து பரவின. அந்தப் பரவசத்தின் மீட்டலில் குழந்தையை முத்தமிடக் குனிந்தான். குனிந்த அவன் முகத்தில் மோதி நொடியில் பறந்தது குழந்தை. அந்தரத்தில் மிதந்தபடி அவனைப் பார்த்து சிரித்தது. அவன் சுரந்த முத்தத்தை விழுங்கிக்கொண்டு ஏமாற்றத்துடன் நின்றான். கைகொட்டி சிரித்தபடியே அவனை சுற்றி சுற்றிப் பறந்தது. தொடும் தூரத்தில் நெருங்கி பற்றிக்கொள்ள நீளும் கைகளில் சிக்காமல் நழுவிப் பறந்தது. நழுவ நழுவ அதைக் கைகொள்ள வேண்டுமென்ற பேராசை பிரவாகமெடுத்தது. அதன் சிரிப்பொலி மேலும் உன்மத்தம் கிளப்பியது. சிறகுகளிலிருந்து வழிந்த வண்ணக் கற்றைகளை பற்றிக்கொண்டு வெறிகொண்ட மட்டும் இழுத்தான். அந்த நிறமாலை அவன் காலடியில் தாம்புக்கயிறாய் சுருண்டது. ஆனாலும் குழந்தை மேலுயர்ந்து பறந்தது. காற்றில் நீந்தி அலையெழுப்பி நகர்ந்தது.

கைகள் ஓய்ந்து சலித்து விழுந்தான். தோல்வியின் ஆயாசத்துடன் அண்ணாந்து கிடந்தான். சரணடைந்தவனைப் பார்த்து தாழ்ந்து வந்தது குழந்தை. மின்னும் அதன் கண்களின் புன்னகை அவனை சமாதானப்படுத்தியது. மூச்சு வாங்கலில் தாழ்ந்துயரும் அவன் மார்பை நோக்கி இறங்கியது. தாழ்ந்து சரிந்து அவனை நெருங்கின சமயம் அதன் உடலில் மின்னல்

வெட்டியது. அந்தரத்தில் விலுக்கென்று துடித்தது. ஓலமிட்டு அழத் தொடங்க எச்சில் இலைகளும் பாலிதீன் பைகளும் நெடியுடன் கலந்த சுழல் காற்றொன்று குழந்தையைப் பற்றிக் கொண்டு இருளில் உயர்ந்தது. அந்தச் சுழலின் கைகள் குழந்தையின் சிறகுகளை பிய்த்தெறிந்தன. சிறகுகள் முறியும் வலியில் குழந்தையின் குரல் சீரிழந்து நொறுங்கியது. மௌனமாய் உதிர்ந்தன வண்ணச்சிறகுகள்.

தலை நிமிர்த்திப் பார்த்துக்கொண்டே கிடந்தான். ரத்தத் துளிகள் முகத்தில் சொட்டிக்கொண்டிருந்தன. பார்வைக்கப்பால் வெகு தொலைவில் சுழலின் கைகள் குழந்தையுடன் மறைந்து போயின. அந்த துவம்சத்தின் ஒற்றை சாட்சியாய் சிறகொன்று மட்டும் அவன் மார்பில் அசைந்து கிடந்தது.

★

காலையில் அந்த இடத்தை நெருங்கும்போதே உள்ளேயிருந்து ஒற்றைச் சிறகு படபடக்கத் தொடங்கியது. இரவின் நீங்காத சுமையைத் தேக்கியிருந்தது அது. அந்தக் குப்பைத் தொட்டியருகே இப்போதும் கூட்டமிருந்தது. அந்த இடத்தில் பரவத் தொடங்கியிருந்த மோசமான வாடை அவனை பயமுறுத்தியது. நடுங்கும் கால்களுடன் எட்டிப் பார்த்தான். அந்தத் துணிப் பொட்டலம் இன்னும் அங்கேயேயிருந்தது. இப்போது அந்த வெள்ளைத்துணி அருவருப்பூட்டும் நிறத்துடன் அப்பிக் கிடந்தது. குழந்தையின் உடலெங்கும் எறும்புகள் பரபரப்புடன் நகர்ந்து கொண்டிருந்தன. சிதைந்துகொண்டிருந்த அந்த உடலிலிருந்து சடலத்தின் நெடி வீசியது. இடது கண் இருந்த இடத்தில் குழைந்த குழியொன்று. நாசித் துவாரங்களிலிருந்து கருத்த பூச்சியொன்று நெளிந்து வந்தது. அதன் குரூரம் அவனைப் பற்றிக் கொண்டதும் உள்ளிருந்து அத்தனையும் குபீரென்று தொண்டைக் குழியில் மோதி அடைத்தது. கண்கள் இருண்டு பிதுங்கின. தலையைப் பிடித்துக் கொண்டு தடுமாறி நகர்ந்து வெளியே வந்தான். வாயில் திரண்டு அடைத்திருந்த திரவத் திரட்டைத் துப்பினான்.

அவனை சிதைத்துக்கொண்டிருந்த அந்த பயங்கரம் இப்போது தன் உச்சத்திலிருந்தது. அவசரமாய் அவன் தப்பியோடிய பாதைகள் அனைத்தும் இருட்சுவரில் மோதின. திசையற்ற மையமொன்றில் வாசலின்றி தவித்துக் கொண்டிருந்தான்.

தவிப்பைத் தொலைக்கத் தெரியாதவனாய் அலுவலகத்தில் தன்னைப் புதைத்துக் கொண்டான். ஒளிரும் பச்சையத்தின் முதுகிலேறி எண்களுக்குள் நகர்ந்து ஒளிந்து கொண்டான். மாலையில் அவனுக்காக தொலைபேசி ஒலித்தபோதுதான் சதுரத் திரையிலிருந்து வந்தான்.

"ரிப்போர்ட் வாங்கியாச்சா?" தொலைபேசியில் அவள்.

ஆழத்தில் புதைந்திருந்த சடலத்தை அவளின் நினைவுறுத்தல் மேலிழுத்துக் கொண்டு வந்தது. அதன் அழுகல் நாற்றம் மீண்டும் அவனை சூழ்ந்தது.

இன்னும் வாங்கவில்லை என்று பதிலளித்தது "இப்பவாச்சும் போய் வாங்கி டாக்டர் கிட்ட காட்டி என்ன விஷயம்னு தெரிஞ்சுட்டு வாங்க!" என்றாள். இந்த முறையாவது தீர்மானமாய் ஏதாவது தெரிந்தால் பரவாயில்லை என்ற நம்பிக்கை அவள் குரலில்.

சரியென்று தொலைபேசியை வைத்தான்.

ஆனால் அவனுக்கு அந்தக் குழந்தையின் மரணத்தை சித்தரிக்கும் அந்த அறிக்கையைப் பற்றிய நினைப்பே பயங்கரமாக இருந்தது.

(காலச்சுவடு, 1999)

3
இரவு

படுக்கையில் நெருப்பள்ளிப் போட்டதுபோல திருமலையின் உடல் கொதித்தது. அவனால் படுத்திருக்கவே முடியவில்லை. உடலின் ஒவ்வொரு அணுவும் பற்றி எரிந்தது. உடனடியாக ஏதாவது செய்தாக வேண்டும். உடலை முறுக்க எத்தனித்தான். கைகளும் கால்களும் அவன் விருப்பத்திற்கு இணங்காத மெத்தனத்தோடு அப்படியே கிடந்தன. வலது கை எப்போதும் மார்பின் மீதுதான் கிடக்கும். அம்மாக்கிழவி அவனைப் படுக்கப்போடும்போது வலதுகையை மார்பின் மீது கிடத்திய பிறகுதான் போர்வையைப் போர்த்தியிருந்தாள். இடது கை நீட்டிய வாக்கில் அப்படியே கிடந்தது. கால்கள் வெறும் மரக்கட்டைகளாய் இடுப்புக்குக் கீழ் ஒட்டிக்கொண்டு கிடக்கின்றன. அவனால் செய்ய முடிந்ததெல்லாம் கரகரப்பான குரலில் யாரையாவது கத்தி அழைக்கலாம். தேவையைச் சொல்லலாம். அவ்வளவுதான்.

அம்மாக்கிழவி சித்திகளோடும் அத்தைகளோடும் எதிர் கூடத்தில் படுத்திருக்கிறாள். திருமலை இன்று திண்ணையில். எப்போதும் அவனுடைய கட்டில் வீட்டுக்குள்ளே கூடத்தின் ஒரு முனையில்தான் போடப்பட்டிருக்கும். அவனுக்கு வசதி என்பதைவிட மற்றவர்களுக்கு தொந்தரவு இல்லாத இடம் அது. கட்டிலுக்கு நேர் எதிரில் வீட்டு நடவை. இடது பக்கம் சமையலறை. சமையலறையை ஒட்டி ஒரு

அறை. இருப்பதில் சற்று விஸ்தாரமாயும் வெளிப்புறச் சுவற்றின் ஜன்னலுடனும் அமைந்த அறை. வெளிச்சமும் காற்றும் பரவாயில்லையாய் இருக்கும். மற்றபடி கூடத்தில் பகலிலேயே புழுங்கும். இத்தனை நாள்வரையில் அந்த அறைக்கென்று முக்கியத்துவம் எதுவும் இருக்கவில்லை. இன்று அந்த அறையில்தான் கணேசனின் முதலிரவு ஏற்பாடு செய்யப்பட்டிருக்கிறது. ஆக இன்று முதல் அந்த அறை கணேசனின் படுக்கையறை. பள்ளியறை. திருமலைக்கு அந்த சொற்களை மனதுக்குள் உச்சரிக்கும் போதே உடலெல்லாம் ஆத்திரத்துடன் பற்றியெரிந்தது.

உயிரின் வலியையெல்லாம் திரட்டி கூராக்கிக் குரலெழுப்பினான். "ம்மா.." கரகரப்பான அவனது குரல் இருட்டை பெரும் பதற்றத்துடன் கிழித்தது. இந்த சத்தம் உள்ளறை வரைக்கும் போய் சேர்ந்திருக்குமா என்று ஒரு கணம் சந்தேகம். யாரிடமிருந்தும் பதில் இல்லை. கூடத்திலும் அசைவேதும் தென்படவில்லை. எல்லோரும் கல்யாண அசதியில் தூங்குகிறார்கள். இவர்கள் தூங்கக்கூடும். ஆனால் கணேசன் நிச்சயம் தூங்கியிருக்கமாட்டான். அந்த இருட்டறையின் அம்சங்கள் இன்று அவன் உடலைத் தூங்கவிடுமா என்ன?

மீண்டும் மொத்த ஆத்திரத்தையும் கொதிப்பையும் ஒன்று திரட்டிக்கொண்டு வீறிட்டுக் கத்தினான். "யம்மா..யம்மா". தொண்டை அடைத்துக்கொண்டு திணறியது. மூச்சு வாங்கியது. மேலும் கீழுமாய் வேகம் கூட்டி ஓடும் மூச்சின் வெப்பம் அவனை வேர்க்கச் செய்தது.

கூடத்தில் அரவம் கேட்டது. சில நொடிகளில் விளக்கெரிந்தது. அம்மா கிழவி தடுமாறியபடி கூடத்துப் படிகளில் இறங்கி வந்தாள். "திருமலே..." தூக்கக் கலக்கம் இன்னும் விடுபடாத குரல். திண்ணைப் படிகளில் ஏறி சுவர் மூலையில் இருந்த மின் விசையைத் தட்டினாள். குண்டு பல்பின் மஞ்சள் வெளிச்சம் திண்ணையில் இறங்கியது.

வேர்த்துக் கிடந்த திருமலையை குனிந்து பார்த்தவள் புடவைத் தலைப்பால் துடைத்தாள். "என்ன திருமலே.. என்னாச்சு.." குரலில் மெல்லிய நடுக்கம்.

திருமலையின் கண்கள் தீர்க்கமாய் அவளைப் பார்த்தன. சீரடைந்த மூச்சை கவனத்துடன் முடுக்கினான். தொண்டையை செருமியபடியே கண்களை மூடிக்கொண்டான்.

“தண்ணி குடிக்கறயா திருமலே..” அம்மா கிழவி இன்னும் அவசரப்படாமல் இருப்பது திருமலைக்கு மேலும் எரிச்சலைத் தந்தது.

“யம்மா..ர்ய்யம்மா..” மீண்டும் மூச்சை இழுத்துப் பிடித்துக் கத்தினான். மூச்சு சீர்குலைந்து ஒரு கணம் நின்று இழுத்தது. முகமெங்கும் நொடியில் வேர்த்தது. கண்களை மேலேற்றிக் கொண்டான். கிழவி இப்போது நிச்சயம் பயப்படுவாள். கூடத்திலிருந்து காலடியோசைகள் கேட்டன.

“என்ன செய்யுதுக்கா..” சித்தியின் குரல் அவசரமாகக் கேட்டது.

இன்னும் அறைக் கதவு திறக்காமலிருப்பது திருமலையின் ஆத்திரத்தை கூடுதலாக்கியது.

‘‘தெரியல.. சும்மா நெஞ்சிழுக்குது.. வேர்த்திருக்குது.. நல்லாத்தான இருந்தான். என்னதுன்னு புரியலே...” புடவைத் தலைப்பால் மறுபடியும் துடைத்தவள் “கொஞ்ச தண்ணி குடுக்கலாம்னு பாத்தா... கண்ணு முழிக்க மாட்டேங்கறான்...”

வீட்டுக் கதவு திறக்கும் சத்தம் கேட்டது. வாசல் நிலையின் விளக்கெரிந்ததை உணர்ந்ததும் திருமலைக்கு ஆசுவாசமாய் இருந்தது. கண்ணைத் திறக்காமல் மூச்சை மட்டும் முடுக்கத்தைத் தளர்த்தாது இழுத்தான்.

“என்னம்மா..?” கணேசன் அருகே வந்திருந்தான். அம்மா கிழவி மறுபடியும் புரியாத நிலையை சொன்னாள்.

‘‘அண்ணா...” நெற்றியில் கைவைத்தபடி கணேசன் அழைத்தான். அவனிடமிருந்த கல்யாண வாசனை திருமலையை மேலும் முறுக்கேற்றியது. மூச்சை உள்ளிழுத்தபடி “ம்மார்ற்றற...” என்று செருமினான். நெஞ்சிலிருந்து எதையோ உருவிக்கொண்டு மேலேற்றுவது போல் சுவாசக்குழல் அடைத்தது. அதைத்

தொடர்ந்த இருமல் திணறடித்தது. கண்களைத் திறக்காமலேயே அரற்றினான்.

“அண்ணா.., ..ண்ணா.. என்ன செய்யுது? இங்க பாருங்க...” கணேசன் கட்டிலில் அருகில் உட்கார்திருந்தான். பதற்றத்தில் கைகள் நடுங்கின. “கொஞ்ச தண்ணி குடும்மா...” துண்டை தண்ணீரில் நனைத்திருக்க வேண்டும். ஈரத் துண்டால் முகத்தைத் துடைத்தான். திருமலை மூச்சை சீராக்கினான். மெதுவாகக் கண்ணைத் திறந்தான்.

‘‘என்னண்ணா செய்யுது?” கணேசனின் பதற்றமான முகத்தைப் பார்த்ததும் திருமலைக்கு வெட்கமாக இருந்தது. பார்வையைத் திருப்பிக் கொண்டே திணறியபடி சொன்னான். “ஒண்ணுமில்ல.. என்னமோ நெஞ்ச அடச்ச மாரி இருந்துச்சு.. செரியாப் போச்சு.. நீ போ.. போயி படுத்துக்க..” வார்த்தைகள் பெரும் சுமையுடன் கசிந்தன. அம்மாக் கிழவி அவனை கூர்ந்துப் பார்த்தபடி இருந்தாள். அவள் பார்வையை தாளமுடியாமல் திண்ணையின் கூரையை வெறித்தான். கணேசன் இன்னும் நகராமல் அவன் முகத்தையே பார்த்தபடியிருந்தான்.

“நீ உள்ள போடா.. அவனுக்கு ஒண்ணுமில்ல” அம்மாவின் குரலிலிருந்த வெறுமை திருமலையைத் துளைத்தது.

“இரும்மா..அண்ணா.. யூரின் போரிங்களா?”

திருமலை ஒன்றும் சொல்லவில்லை. மீண்டும் ஒருதரம் அந்த சீற்றம் எட்டிப் பார்த்தது. கல்யாணவாசனையும் புதுக்கருக்குமாய் இருக்கும் கணேசன் அவனை எழுப்பி உட்கார வைத்தான். சித்தி நகர்ந்து கூடத்துக்குப் போனாள். “எதுக்குடா.. இப்ப தூங்கறதுக்கு முன்னாடிதான போனான்..” அம்மா சலித்தபடியே கட்டிலுக்கு கீழேயிருந்து மூத்திரச்சட்டியை எடுத்தாள். போர்வையை விலக்கி வேட்டியை விலக்கி சட்டியை ஏந்திக்கொண்டு திருமலையை ஏந்தி “போங்கண்ணா..” என்றான். திருமலையின் உள்ளெரிச்சல் அடங்கியது போலொரு அமைதி. இதுவரைக்குமான ஆத்திரமும் சீற்றமும் அந்த ஒரு கணத்தில் அடங்கியதுபோல் மனம் பதற்றத்தை கைவிட்டு அடங்கியது. கல்யாண வாசனையை விரட்டியடித்த ஒரு திருப்தி. மீண்டும்

அவனைப் படுக்கையில் கிடத்தி கால் கைகளை அதனதன் போக்கில் இருத்தி போர்த்திவிட்டு கணேசன் நகர்ந்தான். கிழவி ஒரு முறை மூடிய கண்களுடன் படுத்திருக்கும் தன்னைப் பார்ப்பதை திருமலை உணர்ந்தான்.

“எதுன்னாலும் கூப்புடு அம்மா..” கணேசன் கதவைத் தாளிடும் ஓசை கேட்டது.

திண்ணையும் கூடமும் மீண்டும் இருளில் மூழ்கியது. கூடத்தில் அம்மா இன்னும் படுத்துத் தூங்கியிருக்கமாட்டாள். உள்ளூர அவள் எப்போதும் புலம்பும் சொற்கள் இப்போது அவளைத் தூங்கச் செய்யாது. பலமுறை என்னிடம் அவள் கேட்டுவிட நினைத்த கேள்விகள் இப்போதும் அவளது தொண்டைக் குழிக்குள் முட்டிக்கொண்டிருக்கும். ஆனாலும் அவளுக்கு என் முகத்தைப் பார்த்துக் கேட்டுவிட முடியாது. அந்த தைரியத்தில்தான் இப்போதும் நான் இப்படியெல்லாம் கிடந்தபடியே அலைகழிக்கிறேன். வாய் விட்டுச் சிரிக்கவேண்டும் போலிருந்தது. உறைந்த இருளைக் கிழித்துக் கொண்டு என் சிரிப்போசை மின்னலைப் போல ஒளி சிந்தவேண்டும். நான் சிரிக்கும்போது என் கீழுதடுகள் கோணிக்கொண்டு கீழ் நோக்கி இழுபடும் என்பது எனக்குத் தெரியும். அப்போது என் இயல்பான சிரிப்பிலேயேகூட ஒரு கோணல்தன்மை வந்து சேர்ந்திருக்கும். கோணலாக நான் வலிந்து சிரிக்கவேண்டிய அவசியமேயில்லை.

இந்நேரம் அவன்... திருமலையின் மனம் ஒரு கணம் பின்வாங்கியது. என்ன இது? மீண்டும் அந்த சீற்றம் கிளம்பியது. ஆனாலும் இன்னொரு பக்கமிருந்து தன்னையே கடிந்து கொண்டான். நானா இப்படி யோசித்துக் கொண்டிருக்கிறேன். அதுவும் கணேசனைப் போய். கணேசன் மாதிரி ஒரு தம்பி எல்லோருக்கும் வாய்த்துவிட முடியாது. எல்லோருக்கும் அண்ணன் தம்பிகள் இருக்கலாம். ஆனாலும் இருபத்தி நான்கு வயதிலிருந்து கைகால் விளங்காத ஒரு அண்ணனை தாங்கி சுமக்கிறானே. கூடை நாற்காலியில் அல்லது இரும்புக் கட்டிலில் கிடக்கும் ஒரு உயிருள்ள பிண்டம் நான். என்னால்

என்ன செய்ய முடியும்? உயிரும் உடலும் இருந்துவிட்டால் மனிதனாகிவிட முடியுமா? சுயமாக என்னால் மூத்திரம்கூட போகமுடியாது.

காலையில் ஐந்து மணிக்கு எழுந்துவிடுவான் கணேசன். திருமலையின் தூக்கம் காலநேரங்கள் அறியாதது. எழுந்தவுடன் நேராக படுக்கைக்குத்தான் வருவான். போர்வையை விலக்கி அவனை நிமிர்த்தி கால்கள் கட்டிலுக்குக் கீழே தொங்கும்படி உட்காரவைத்து வேட்டியை விலக்கி கட்டிலுக்குக் கீழிருக்கும் மண்சட்டியை எடுத்து மூத்திரம் பிடிப்பதுதான் முதல்வேலை. சட்டியை எடுத்துப்போய் கழுவியெடுத்து கக்கூஸின் ஒரு மூலையில் கவிழ்த்து வைத்துவிட்டு வருவான். "தூங்கறியா.. இல்ல சேர்ல உட்கார வைக்கட்டுமா?" என்று கேட்பான். பெரும்பாலும் சேருக்கு வந்துவிடுவான் திருமலை. தொலைக்காட்சிப் பெட்டிக்கு நான்கடி தூரத்தில், கூடத்தின் மின்விசிறிக்குக் கீழேதான் அந்தக் கூடை நாற்காலி. அதில் கொண்டுவந்து உட்கார வைத்து, வேட்டியை சரிப்படுத்திவிட்டு தொலைக்காட்சியை இயக்கிவிடுவான். அந்த நேரத்தில் ஏதேனும் தெய்வீக ஆராதனைகள்தான். திருமலைக்கு பிடிக்காது என்றாலும் ஒன்றும் சொல்லாமல் பார்த்துக்கொணடிருப்பான்.

கணேசன் குளிப்பதற்கு முன்னால் மறுபடியும் வருவான். அதற்குள் அம்மா கிழவி அவனுக்கு காப்பி புகட்டிவிட்டிருப்பாள். காப்பியை எப்படித் தந்தாலும் திருமலை ஏதாவது ஒரு குறையைச் சொல்லாமல் குடிப்பது கிடையாது. ஒரு நாள் "சூடு பத்தலே" என்பான். மறுநாள் "இத்தன சூடாக் குடுத்தா நாக்கும் வெந்து தொலையட்டும்னு பாக்கறயா?" என்பான். "கொஞ்சோ சக்கரதான் சேத்தி போடேன்.. எனக்கென்ன சக்கர வியாதியா.. கைகால்தானே கெடந்துபோச்சு" என்பான். அதிசயமாய் ஒரு நாள் ஒன்றும் சொல்லாமல் குடித்துவிட்டு கிழவியைப் பார்ப்பான். "இன்னிக்கு மழதாண்டா வரும்" என்று கிழவி சொல்லும்போது "அதான்..அதுக்குத்தான் ஒண்ணுஞ்சொல்லலே.." என்று உதட்டுக் கோணலுடன் சிரிப்பான். "இதுக்கு நீ எதாச்சும் சொல்லிருந்தாலே தேவலே.." என்பாள் கிழவி.

அவனை இரண்டு கைகளில் ஏந்திக் கொண்டு பாத்ரூமுக்கு வருவான் கணேசன். கக்கூஸிற்குள் முன்பே டாய்லட் மோடாவை போட்டுவைத்திருப்பான். உள்ளே வந்ததும் தோளில் அவனை சாய்த்துக் கொண்டு வேட்டியையும் நாடா போட்டுக் கட்டிய பட்டாப்பட்டி அண்டர்வேரையும் கழற்றிவிட்டு மோடாவில் அமர்த்திவிட்டுக் காத்திருப்பான். “போயாச்சு..” என்று தலையைக் கவிழ்த்துக்கொண்டே இவன் சொன்னதும் கழுவியெடுத்து குளியலறைக்குக் கொண்டு வந்து அங்கேயுள்ள மர ஸ்டூலில் உட்காரவைத்ததும் கிழவி தண்ணீர் ஊற்ற இவன் தேய்த்துக் குளிப்பாட்டிவிடுவான். கை காலையெல்லாம் நன்றாக நீவி குழந்தையைக் குளிப்பாட்டுவது போல குளிப்பாட்டுவான். பிறகு உடம்பையெல்லாம் துவட்டி அண்டர்வேர், பனியன் அணிவித்து வேட்டியை சுற்றி இடுப்பில் இறுக்கிக் கட்டிவிட்டு ஏந்தி எடுத்து வருவான். கூடை நாற்காலியில் இருத்திவிட்டு உள்ளேயிருந்து விபூதி எடுத்துவந்து நெற்றி நிறைய பூசிவிட்டுப் போவான்.

கணேசன் வேலை செய்வது ஒரு கூட்டுறவு சங்கத்தில். காலையில் ஒன்பதரை மணிக்குப் போனால் ஒன்றரை மணிக்கு மதிய சாப்பாட்டுக்கு வருவான். அவன் வருவதற்கு முன்பே தொலைக்காட்சியின் பிம்பங்களில் கண்ணை நிறுத்தி கூடையில் கிடக்கும் திருமலைக்கு அம்மாகிழவி சாதத்தை பிசைந்து ஊட்டிவிட்டிருப்பாள். பசிக்கும்போதெல்லாம் அம்மாகிழவியின் கைவாசனை தான் ருசியாகவும் வாசனையாகவும் கிளர்ந்தெழுமே தவிர பதார்த்தங்கள் அவனுக்கு நினைவு வராது. ஞாயிற்றுக் கிழமையானால் மட்டனோ கோழிக்கறியோ எதுவானாலும் பிசைந்து பிசைந்து ஊட்டிவிடுவாள். அன்றைக்கு மட்டுமே திருமலைக்கு கூடுதலாய் வெற்றிலை போட்டுக்கொள்ள வேண்டும். கணேசன் மதியம் சாப்பிட்ட பின் வேலைக்குக் கிளம்புவதற்கு முன்பு ஒரு முறை திருமலைக்கு எதுவும் தேவையா என்று கேட்டுவிட்டுத் தான் புறப்படுவான். பிறகு அவன் வரும்போது இருட்டிவிடும். சாயங்காலத்தில் வெளிக்கூடத்தில் சீட்டுக் கச்சேரி நடக்கும். அன்பரசு, கறிக்கடை சித்தப்பா, ஓய்வுபெற்ற கண்ணாடி வாத்தியார் என்று ஒரு கோஷ்டி

சேர்ந்துவிடும். திருமலையின் கூடை நாற்காலி சீட்டாட்ட ஜமாவுக்கு வந்துவிடும். கை குறையும் வேளைகளிலோ அல்லது திருமலைக்கு ஆடவேண்டும் என்று நினைப்பு வரும்போதோ ஆட்டத்தில் அவனும் ஒரு கை சேர்ந்துவிடுவான். துணைக்கு சுப்புணியை அழைத்துக் கொள்வான்.

சுப்புணி சீட்டுகளை அடுக்கி இவனிடம் காட்டியபடியே இருக்க எந்த சீட்டை எடுக்கவேண்டும் எந்த சீட்டை இறக்கவேண்டும் என்று திருமலை மெல்லிய குரலில் சொல்லிக்கொண்டிருப்பான். எவ்வளவு மோசமாக ஆடினாலும் கைநஷ்டம் வந்துவிடாது அவனுக்கு. அன்றைக்கு ஜெயித்த பணத்திலிருந்து சுப்புணிக்கு சினிமா காசு கிடைத்துவிடும். அன்பரசு திருமலைக்கு பால்ய நண்பன். திருமலையோடு சேர்ந்து அம்மாகிழவியிடமே வளர்ந்தவன். அவனுக்கு வேலை இல்லாதபோது திருமலையிடம்தான் உட்கார்ந்துகொள்வான். திருமலை பதினைந்து வயதிலிருந்து முரசொலி படிப்பவன். உடன்பிறப்புக்கு எழுதும் கடிதங்களை வாசிக்காமல் அவனுக்கு முடியாது. இப்போதும் சிறுமுகையில் முரசொலி வாங்கும் ஒரே நபர் அவன்தான். அவனுக்காக பாவம், சோடாக்கடை மாரிமுத்து மேட்டுப்பாளையத்திலிருந்து முரசொலி வாங்கிக்கொண்டு வருவார். அன்பரசுதான் முரசொலியைப் படித்துக்காட்டுவான். திருமலைக்கு புத்தகம் வாசிப்பது எளிது. பக்கங்களைத் திருப்பித் தந்துவிட்டால் மடிமீது ஒரு அட்டையை வைத்துக்கொண்டு படிக்கமுடியும். செய்தித்தாள் படிப்பது சிரமம். கழகச்செய்திகளை அன்பரசு நக்கலடித்துக்கொண்டே படிப்பான்.

திருமலையின் ரகசிய வேண்டுகோள்களை நிறை வேற்றுவதும் அன்பரசுதான். இதற்கான திட்டங்களும் செயல்படுத்தல்களும் பெரும்பாலும் சீட்டு ஜமாவின் போதுதான் நடக்கும்.

ஞாயிற்றுக்கிழமை கறிகுழம்பு கொதித்துக் கொண்டிருக்கும் போதே அன்பரசு வந்துவிடுவான். அண்டர்வேர் பாக்கெட்டில் இருக்கும் குவார்ட்டர் பாட்டில் அசைவதைப் பார்க்கும்போதே திருமலைக்கு உற்சாகம் வந்துவிடும். வெளிக்கூடத்தில்

"முரசொலி" படிக்கும் சாக்கில் சரக்கைக் கலந்து பக்குவமாக புகட்டிவிடுவான் அன்பரசு. அதிகம் போனால் சின்ன எவர்சில்வர் டம்ளரில் இரண்டு தரம். அதுவும் சரிக்கு சரி தண்ணீர் கலந்திருப்பான். அந்த போதையே திருமலைக்கு சாயங்காலம் வரை தலையைத் தொங்கப்போட்டுக்கொண்டு யாரை பார்த்தாலும் கோணலாய் சிரித்துக்கொண்டே இருக்கச் செய்துவிடும். அவர்கள் குடித்துக்கொண்டிருக்கும்போது அந்தப்பக்கமாய் வர நேர்ந்தால் கணேசன் கண்டுகொள்ளாமல் போய்விடுவான். அம்மாகிழவி கொதிக்கும் குழம்பிலிருந்து கறித்துண்டுகளை ஒரு குண்டாவில் கொண்டுவந்து தருவாள்.

திருமலைக்கு அவ்வப்போது "சரித்திர"கதைகளை வாசிக்க ஆர்வம் பொங்கிவிடும். "சரித்திர" கதை புத்தகங்களை பிற புத்தகங்களை மடியில் வைத்துப் படிப்பதுபோல படிக்க முடியாது. அன்பரசுவை பக்கத்தில் வைத்துக்கொண்டு வேக வேகமாய் படிப்பான். அன்பரசு அவன் காலடியில் உட்கார்ந்துகொண்டு இன்னொரு புத்தகத்தைப் படித்துக்கொண்டிருப்பான். அந்த நாட்களின் இரவுகள் திருமலைக்கு கடக்கமுடியாத பாலையின் வேதனையுடனும் தவிப்புடனும் நீண்டிருக்கும். அந்த இரவில் அடைபட்ட அறைகளுக்குள் முயங்கிக்கிடக்கும் உடல்கள் யாவுமே அவனருகில் புரள்வதுபோலொரு புழுக்கமும் திணறலுமாய் விடியலின் முதல் சலனங்களுக்காக வருந்திக் காத்திருப்பான். அதற்காக மறுமுறை அன்பரசு கொண்டுவரும் புத்தகங்களை வேண்டாம் என்று அவனால் ஒதுக்க முடிந்ததில்லை. விடிந்தபிறகு அதை வாசிப்பதற்கான தீவிரம் முந்தைய இரவின் மனப்புழுக்கங்களை முற்றிலுமாக ஒதுக்கிப் போட்டுவிடும்.

கணேசனின் திருமணம் குறித்துப் பேசத் தொடங்கிய போதிலிருந்தே திருமலைக்கு இந்த எரிச்சல் உள்ளுக்குள் கனல்விடத் தொடங்கிவிட்டது. அவனைவிட கணேசன் நான்கு வயது இளையவன். அவனும் இரண்டு வருடங்களாய் இந்தப் பேச்சை தள்ளித் தள்ளிப் போட்டுவிட்டான். அண்ணண் இப்படிக் கிடக்கும்போது தான் திருமணம் செய்துகொள்வது சரியில்லை என்று அவன் திருமலை எதிரிலேயேகூட

மனதார சொல்லியிருக்கிறான். அப்போதெல்லாம் உள்ளூர திருமலைக்கு கணேசனின் மீது கரிசனை பொங்கும். அவனை அருகில் அழைத்து உட்கார வைத்து “கணேசா, என்னைய காரணங்காட்டி நீ கல்யாணத்தத் தள்ளிப்போடறதுதான் எனக்கு பெரிய வேதனையா இருக்கு.. அம்மாக்கிழவியப் பத்தி யோசிச்சுபாரு.. எனக்குதான் எதுவும் முடியாது. உனக்காச்சும் ஒரு கல்யாணத்தப் பண்ணிப் பாக்கலாம்ணு அவளுக்கு ஆசையிருக்காதா.. ஒத்துக்கடா” என்று அவனைப் பக்குவப்படுத்தித்தான் இந்தக் கல்யாணத்திற்கு கணேசன் ஒத்துக்கொண்டான். அப்படியெல்லாம் தான் பேசினோமா என்று இப்போது நினைத்தாலும் ஆச்சரியமாயிருக்கிறது. அவன் மறுக்கும்போது தான் குதூகலமல்லவா அடைந்திருக்க வேண்டும். கணேசனின் பக்குவத்தின் பேரிலான நன்றியுணர்வும், அம்மாவின் மீதான கரிசனையுமாய் ஒரு பெரும் துக்கமல்லாவா அப்போது மனதை அழுத்திக்கொண்டிருந்தது.

★

பதினைந்து வருடங்களாகிவிட்டன. மின்சார இலாகாவில் வேலை கிடைத்த குதூகலத்துடன் மேல்குந்தாவுக்கு கிளம்பியவனை அம்மா கிழவி கண்ணீருடன் வழியனுப்பினாள். வீட்டை விட்டு ஓரிரவுகூட வெளியில் தங்கியிராத மகன். தலைச்சன் மகன். ஆனாலும் அரசாங்க உத்தியோகம். ஒரு பக்கம் பெருமையும் மறுபுறம் கண்ணீருமாய் விடைகொடுத்தாள்.

உதகை மலைப்பாதைகளின் ரம்மியமும் புதிய வேலை குறித்த உற்சாகமுமாய் பயண தூரம் திருமலைக்கு தெரியவேயில்லை. மேல்குந்தாவிற்கு வந்து சேர்ந்தபோது சில்லென்ற காற்றும் உறைந்து நின்ற பசுமையும் அவனை அள்ளிக்கொண்டது. அந்தியின் பொன்னொளியில் பச்சைப்புற்தரையும் மரஉச்சிகளும் மின்னி நின்றன. மின் குடியிருப்பில் அவனுக்கு ஒதுக்கப்பட்டிருந்த வீட்டின் சன்னல்களை திறந்தபோது சிலீரென்ற காற்று அவசரமாய் அறைக்குள் நிறைந்தது. தொலைவில் தெரிந்த மலைவிளிம்புகளில் வெளிச்சம் சரிய மேகங்கள் மெதுவாய் நகர்ந்திருந்தன. ஒரு கணம் அன்றைய இரவின் தனிமை அவனை பயமுறுத்தியது. கற்சுவர் கொண்ட அந்த சிறிய

அறை, மரக் கட்டில், மலைப்பாம்பு போல சுருண்டு கிடந்த ரஜாய், ரத்தச்சிவப்பில் தரையொட்டிக் கிடந்த கம்பளம் எதுவுமே அவனுக்கு இணக்கமாய் தெரியவில்லை. அவசரமாய் கதவைப் பூட்டிக்கொண்டு கீழே இறங்கினான். இருட்டத் தொடங்கியிருந்தது. குடியிருப்பு வளாகத்தின் மத்தியிலிருந்த சிறுவர் பூங்காவில் குல்லாவும் ஸ்வெட்டரும் அணிந்த சிறுவர்கள் விளையாடிக்கொண்டிருந்தார்கள். ஸ்வெட்டர், குல்லா, கையுறை என்று குளிருடைகள் அவசியம் என்று வேலை நியமனத்துடன் வந்த கடிதத்தில் இருந்தது நினைவுக்கு வந்தது. சிறுமுகையில் அப்படியான உடைகளுக்கு அவசியம் இல்லை. குன்னூரில் இறங்கி வாங்கியிருக்க வேண்டும். தெரியாத இடத்துக்கு வெளிச்சத்திலேயே வந்துவிடும் முன் ஜாக்கிரதை உணர்வுடன் நேராக இங்கே வந்திருந்தான். காலையில் அலுவலகத்தில் விசாரித்துவிட்டு வாங்கிக் கொள்ளலாம் என்று தீர்மானித்தபடியே வளாகத்தின் சுற்றுப் பாதையில் மெல்ல நடந்தான்.

மாலை ஆறு அல்லது ஆறரை மணிதான் ஆகியிருக்க வேண்டும். ஆனாலும் பொழுதின் சுவடேதுமில்லாது கனத்த இருட்டு. பக்கத்தில் சாப்பிடுவதற்கு எதுவும் கிடைக்குமா? தெரியவில்லை. ஒரு ஆள் மட்டும் உட்காரவோ நிற்கவோ தோதான ஒரு மரக் கூண்டில் கூர்க்கா தொப்பியும் கழுத்தைச் சுற்றிய மப்ளருமாய் பீடி குடித்துக் கொண்டிருந்தான். அருகில் நடந்து வந்த திருமலையை கூர்ந்து பார்த்தான். இந்த இடத்திற்கு புதிய முகம். மதியம் உள்ளே வந்தபோது இருந்தவனுக்கு பதிலியாக இரவுக் காவலுக்கு வந்திருக்க வேண்டும். ஒரு வணக்கம் வைத்தான் கூர்க்கா. எதற்கும் இருக்கட்டும் என்பது போலிருந்தது. அதிகாரிகள் இப்படி திடுதிப்பென்று எதிர்படும் போது போட்டு வைக்கும் சலாம் அது.

தான் இங்கே புதிதாக வந்திருப்பதையும் வீட்டு எண்ணையும் சொல்லி தன்னை அறிமுகப்படுத்திக் கொண்ட திருமலை பக்கத்தில் உணவு விடுதிகள் எதுவும் இருக்குமா என்று விசாரித்தான். கூர்க்காவின் முகத்தில் இணக்கம் தெரிந்தது. அருகில் அப்படிப்பட்ட விடுதிகள் எதுவும் கிடையாது

என்றவன் மேல் குந்தா பேருந்து நிலையத்துக்கு வெளியில் ஒரு சிறிய விடுதி உண்டென்றும் அது இரவு நேரத்தில் திறந்திருப்பதில்லை என்றும் சொன்னான். சீக்கிரமே வீட்டில் சமையல் ஏற்பாடு செய்து கொள்வதுதான் இது போன்ற மலை பிரதேசங்களில் நல்லது என்றும் கூர்க்கா அபிப்ராயம் சொன்னான். பீடி குடிக்கும பழக்கம் உண்டா என்று ஒரு முறை விசாரித்துக்கொண்டான். திருமலைக்கு அந்த குளிர் வேளையில் சிகரெட்டின் கதகதப்பான புகை இருந்தால் தேவலை என்றுதான் தோன்றியது. ஆனாலும் பீடிக்கு இறங்கிப் போகும் மனமில்லை. மாலை வேளைகளில் தலையில் குல்லாவும் உடம்பில் ஸ்வெட்டரும் இல்லாமல் வெளியே வரவேண்டாம் என்று எச்சரித்த கூர்க்கா நொடிப் பொழுதில் மாறும் தட்பவெப்பத்தினால் உடலுக்கு ஏற்படும் தீங்குகள் குறித்தும் விவரித்தான். ஆளற்ற அறையில் இறுக்கமான மௌனத்தில் தனிமையை நொந்துகொள்வதைக் காட்டிலும் கரடுமுரடான தமிழில் பேசும் கூர்க்காவுடன் உரையாடிக்கொண்டிருப்பது ஆறுதலாகத்தானிருந்தது அப்போது. இன்னும் பசி தெரியவில்லை. ஒரு வேளை குளிர் பிரதேசத்தில் வயிறு மந்தம்கொண்டு பசிக்காமலேயே போய்விடலாம். எப்படியிருந்தாலும் பையில் வாழைப் பழங்களும் பாதி ரொட்டியும் இருக்கின்றன. சமாளித்துக்கொள்ளலாம்.

வெகு நேரத்துக்குப் பிறகு அவன் அறைக்கு திரும்பிய போது வளாகம் மொத்தமும் கண்ணாடி அடைத்த ஜன்னல்களின் கதகதப்பிற்குள் புகுந்துகொண்டிருந்தது. அறைக்குத் திரும்பியவன் பழத்தை மட்டும் தின்றுவிட்டு படுக்கையில் விழுந்தான். குளிர் உடலை நடுங்கவைத்தது. ரஜாயைத் தூக்கி மேலே போட்டுக் கொண்டதும் மேலும் நடுக்கமாக இருந்தது. கழுத்துவரையில் இழுத்துப் போட்டுக்கொண்டான். பெரும் பாரத்துடன் உடலை அமுக்கிக்கொண்ட ரஜாயில் மெல்ல உடல் வெப்பம் பரவி கதகதப்பு கூடியது. காதுகளை அடைத்துக்கொண்டால் தேவலை. சவரப்பெட்டியில் பஞ்சுச்சுருள் இருக்கிறது. ஆனாலும் எழுந்துபோக சோம்பலாக இருந்தது. கட்டில் விளிம்பில் போட்டிருந்த ஈரிழைத் துண்டை எடுத்து காதையிறுக்கிக் கட்டிக்கொண்டான்.

குளிரின் தீவிரத்தை வாழ்க்கையில் முதன் முதலாக அறிந்த அன்றைய இரவு அவனுக்கு பெரும் பயங்களை விதைத்தது. விடியும்போது இந்தப் படுக்கை மொத்தமும் ஒரு பெரும் பனிப் பாளமாக மாறி அதற்குள் ஒரு பதுமையாகக் கிடப்பது போலொரு எண்ணம். உதடுகள், கண்ணிமைகள் உட்பட எங்கும் சாம்பலென பனித் திவலைகள் கவிந்து உடல் விறைத்து மாண்டுவிடுவது போலொரு சிறு கனவு. உச்சியில் பனிப் பொட்டலங்களைத் தாங்கிய தேவதாரு மரங்கள் அடர்ந்த பனிவெளியினூடே கருப்பு கம்பளி ஆடைகளும் கம் பூட்டும் அணிந்து தோளில் பனியள்ளும் மண்வெட்டியுடன் பனியை மிதித்து நடந்து போகும் ஒருவன் தனக்காக புதைகுழி ஒன்றை தோண்டுவது போலவும் கனவு கண்டு அஞ்சி எழுந்தான். பாட்டிலில் இருந்த தண்ணீர் பாளமென உறைந்திருந்தது. கழிவறையின் குழாயிலிருந்தும் பனிப் புகைதான் வருமோ என்றஞ்சினான். அந்த பயங்களுக்கிடையிலும் மேலே பிடிவாதத்துடன் கிடந்த ரஜாய்தான் பெரும் ஆறுதலாக இருந்தது.

விடியலின் ஒளி கண்ணாடியின் வழியாக உள்ளே நுழைந்தபோது அவன் ஆழ்ந்து தூங்கியிருந்தான்.

அலுவலகத்தில் அவனது பிரிவில் இருந்த மூன்று பொறியாளர்களில் பொன்மூர்த்தி மட்டுமே தனியாளாகத் தங்கியிருந்தான். திருமலையும் தனியாள் என்று தெரிந்ததும் அவனை தன் வீட்டிற்கே வந்துவிடும்படி சொன்னதுடன் அன்று மாலையே அதற்கான ஏற்பாடுகளையும் செய்துவிட்டான். வீட்டில் சமைக்கத் தேவையில்லை என்றவன் அலுவலகத்துக்குப் போகும் வழியில் சாலைமேட்டில் உள்ள ஒரு மெஸ்ஸையும் அறிமுகப்படுத்தினான். வீட்டின் முன் கூடத்தில் நால்வர் உட்கார்ந்து உண்ணும் மேசைகள் இரண்டுடன் வெகு அடக்கமாக இருந்தது. பார்வதியும் அவள் மகள் செல்வியும்தான் வேண்டியதைக் கேட்டு பரிமாறினார்கள். பிரமாதமான பட்டியல் இல்லாமல் காலையில் இட்லி தோசை சில நாட்களில் பூரி. மதியம் ஒரு சாம்பார், ரசம், பொறியலுடன் அடக்கமான சாப்பாடு. இரவு சப்பாத்தி. தேவையென்றால் ஆம்லெட், முட்டைப் பொறியல். அவ்வளவுதான். ஏற்கனவே சொல்லி மாதாந்திரக்

கணக்கு வைத்துக் கொள்பவர்களுக்கு மட்டுமேயான மெஸ். பார்வதியின் கணவன் செல்வராசு எப்போதும் வெங்காயம், முட்டைகோஸ் என்று எதையாவது சன்னஞ்சன்னமாக நறுக்கிக் கொண்டிருப்பான். அவனது உலகமே காய் நறுக்கும் கத்தியின் வேகத்தில் இயங்கிக்கொண்டிருப்பது போல இருக்கும். ஒரு வார்த்தையும் பேசாதவனாய் காய் நறுக்கியபடியே தலைகவிந்திருப்பான்.

பொன்மூர்த்தியின் அறைக்கு சென்ற பிறகுதான் திருமலைக்கு வேறொரு உலகம் அறிமுகமாகியது. அது வரையிலும் தீர்மானமற்ற கற்பனைகளுடன் பூர்த்தியடையாத சித்திரமாக இருந்த திருமலையின் பெண் உலகம் விநோதங்களும் நிறங்களும் சுவாரஸ்யங்களும் கொண்டதொரு பெரும் வெளியாக விரிந்தது. பொன்மூர்த்திக்கு திருமணமாகி இரண்டு குழந்தைகள். திருப்பூரில் குடும்பம். இரண்டு வாரத்திற்கு ஒரு முறை போய் வருவது வழக்கம். பேருந்தில் தான் கண்ட பெண்களின் கதை, ஒரு மழை நாளில் கூட்ட நெரிசலில் நிற்க முடியாது தன் மடி மீது உட்கார்ந்து பயணித்த ஒருத்தியின் கதை, போபாலுக்கு ரயிலில் செல்லும்போது சந்தித்த எதிர் இருக்கை நங்கையோடான நட்பு போபாலுக்கு சென்ற பிறகும் அவள் வீடு வரை போன கதை என்று ஒவ்வொரு இரவும் கதை நாட்களாயின.

அவனது கூச்சநாச்சமற்ற வசனங்களும் விவரிப்புகளும் திருமலைக்கு ஆரம்பத்தில் கூச்சம் தந்தாலும் வெகு சீக்கிரத்தில் பழகிப்போனது.

திருமலையின் கனவுகளை மூர்த்தியின் விவரிப்புகளும் வர்ணணைகளும் நிறைத்தன. “வைகாசி பொறந்தா கல்யாணந்தான்” என்று அம்மா கிழவி ஏற்பாடுகளில் ஆழ்ந்திருந்தது திருமலையின் ஏக்கங்களை கொம்பு சீவியிருந்தன.

டிசம்பரின் கடைசி வாரம். அந்த வாரம் பொன்மூர்த்தி ஊரில்தான் இருந்தான். டிசம்பரின் தொடக்கத்திலிருந்தே குளிரின் வீச்சும் தாக்கமும் வழக்கத்தைவிட தீவிரம் கொண்டிருந்தது. சனிக்கிழமை இரவு. மேல்குந்தாவிலிருந்து மூன்று கிலோ மீட்டர் தொலைவில் இருந்த ஒரு மலை கிராமத்தில் திருவிழா. அலுவலகத்தில் வேலை பார்க்கும்

சந்தா அழைத்திருந்தான். மூர்த்தியுடன் போயிருந்தான். மலைச் சரிவுகளுக்கு நடுவே சோலைக் காடுகளையொட்டி அமைந்திருந்தது அந்த கிராமம். போதையும் ஆட்டமுமாய் பந்தங்களின் ஒளியில் களை கட்டியிருந்தது. நரம்புகளை முறுக்கேற்றவைக்கும் தோல் கருவிகளின் உறுமல்கள், தாளங்கள். அதற்கேற்ப குலுங்கியும் வளைந்தும் ஈர்க்கும் சிரிப்புடன் மங்கிய ஒளியில் கரிய தோல் மினுக்க இசைந்தாடிய பெண்களின் உடலசைவுகள் திருமலையை திணறடித்தன. அசட்டுத்தனமான தித்திப்புடன் மணலைக் கரைத்தது போன்று நாக்கை நெருடும் துவர்ப்புடன் பரிமாறப்பட்ட பானத்தை அவனால் பருக முடியவில்லை. குளிர் தாங்க இந்த பானத்தை அவசியம் குடிக்க வேண்டும் என்று சந்தா சொன்னதை அவன் காதில் வாங்கிக்கொள்ளும் மனநிலையில் இல்லை. கூந்தலை அள்ளிச் செருகி கொண்டையில் கொத்தாக சிவந்த மலர் சூடிய அவளது கண்கள் ஆட்டத்திற்கு நடுவில் இவனைத் தொட்டுத் தொட்டு மீண்டதை அவன் கண்டுகொண்டான். இருள் சூழந்த காட்டில் சிறு மழைபோல இறங்கி வந்தது பனி. செறிந்த குளிர் உடலின் ஒவ்வொரு நரம்பிலும் இறங்கி ரத்தவோட்டத்தை உறைய வைத்தது. மூர்த்தி பெண்களின் நடுவில் ஆடிக்கொண்டிருந்தான். அவன் கையிலிருந்த குவளை காலியாகுந்தோறும் சந்தா பானகத்தால் நிறைத்துக்கொண்டேயிருந்தான். திருமலையை அவளது கண்களைத் தவிர யாரும் கண்டுகொள்ளவில்லை. மிதப்பின் உச்சியில் அந்த சிறு மைதானம் பொங்கி முரசின் தாள கதியில் துடித்துக் கிடந்தது.

ஒரு பெண்ணுடலை இதுவரையிலும் கண்டுகொள்ளாத துடிப்பும் வேட்கையுமாய் தவித்திருந்த திருமலையின் உடலில் குளிரின் விஷம் கூடிக்கொண்டேயிருந்தது. அணிந்திருந்த குளிர் உடுப்புகள் எதுவும் அந்த இரவின் தீவிரத்துக்கு முன்னால் செல்லுபடியாகவில்லை. உடலின் ஒவ்வொரு நரம்பும் மின்னலை சூல்கொண்டதுபோல் நெளிந்தாடிக்கொண்டிருந்த அவளை நெருங்கி அணைத்துக் கொண்டால் போதுமென இருந்தது. குளிரின் துடிப்பும் காமத்தின் உன்மத்தமும் அவன் உடலை நடுங்கடித்தன. முகமறியா ஒரு பயமோ தயக்கமோ அவனை கவ்வியிருந்த அந்த ஒரு கணத்தில் மார்பில் ஒரு மின்னல் வெட்டு பளீரென்று ஒரேயொரு கணம் அறைந்து

மறைந்தது. திருமலை தன்னிலை இழந்து மண்ணில் சரிந்தான். அவள் ஓடிவந்து அவனைத் தாங்குவதை உணரும் தருணத்தில் எங்கும் இருள் சூழ்ந்தது.

மூன்றாவது நாள் மாலையில்தான் கண்விழித்தான். அருகில் யாருமிருக்கவில்லை. நீலத்திரைகள் நாலா பக்கமும் அசைந்திருக்க தனது உடல் தனக்கே சம்பந்தமற்றது போல கட்டிலில் கிடந்ததைக் கண்டான். இரண்டு கைகளிலும் செருகப்பட்டிருந்த குழாய்கள் வழியாக திரவங்கள் சொட்டி இறங்கின. மார்பிலும் தலையிலுமாய் ஒட்டப்பட்டிருந்த குழாய்கள் அனைத்தும் எங்கோ இணைந்து எங்கோ பின்னியபடி ஓடின. மார்பில் அந்த வலியின் மிகச் சொற்பமான மிச்சம். பச்சை நிறத் துணியால் வாயை மூடிக் கட்டிக் கொண்டிருந்த ஒரு நர்ஸ் அவசரமாய் வந்தாள். அவன் கண்ரப்பைகளை நீக்கி உற்றுப் பார்த்தாள். நாடித் துடிப்பை சரிபார்த்தாள். அவனது கட்டில் விளிம்பிலிருந்த அட்டையில் எதையோ அவசரமாய் எழுதினாள். திருமலைக்கு அவளிடம் என்னென்னவோ கேட்க வேண்டும் போலிருந்தது. எதையுமே கேட்க வேண்டாம் போலவும் இருந்தது. கண்களை மூடிக்கொண்டான்.

ஒன்றரை மாதத்திற்கு பிறகு அவனை வீட்டிற்கு அழைத்து வந்தபோது அவன் உடல் அவன் வசமிருக்கவில்லை. உச்ச பட்சமான குளிரோ அல்லது தீவிரமான மாரடைப்போ அல்லது ஏதோவொன்று அவனது உடலியக்க நரம்புகளை செயலிழக்கச் செய்திருந்தன. மருத்துவத்தின் அற்புதங்கள் எதுவும் அவனது நரம்பு மண்டலத்தை புணரமைத்துத் தர முடியவில்லை.

★

கூடத்தில் கடிகாரம் ஒரு முறை அடித்து நின்றது. மணி ஒன்றாகிவிட்டதா அல்லது ஒன்றரையா? இந்த மணியோசையை யாரும் கேட்டிருப்பார்களா? எத்தனை நாளிரவு இப்படி கடிகாரத்தின் முள் அசைவுகளை கணித்துக் கிடந்திருக்கிறேன் நான். இப்போது அத்தனை பேரும் அசதியில் தூங்குகிறார்கள். இன்னும் இரண்டு பேருக்கு இந்த மணிச் சத்தம் கேட்டிருக்கும். அல்லது கேட்க முடியாத ஒரு தொலைவில் அவர்கள்

எம்.கோபாலகிருஷ்ணன் | 45

கிடக்கவும் கூடும். கூடிக்கிடந்தால் சத்தம் கேட்காமலிருக்குமா? பார்த்துவிடலாம் என்று அவன் மனம் முறுக்கேறியது.

ஆவேசத்துடன் தொண்டையிலிருந்து குரல் எழுப்பினான். இம்முறை விலங்கின் உறுமலைப் போல் சீறிக் கொண்டு வெடித்தது. மூச்சு முட்டியது. மார்பில் பெருத்த வலி. கண்களை இறுக மூடிக்கொண்டான். "என்ன திருமலே.." கூடத்தில் அம்மாகிழவியின் பதற்றமான குரல். ஒரு நொடிதான். அதன் பின் அவளது கூரிய கண்கள் மட்டும் அவனைத் துளைத்து நின்றன. உள்ளிருந்து கதவின் தாழ்பாள் திறக்கும் ஓசை. திருமலை முகத்தை இயல்பாக வைத்துக்கொள்ள முயன்றான். இருக்கட்டும் என்று மீண்டும் ஒரு முறை இருமினான். "கணேசா..நீ போ.. நா பாத்துக்கறேன்." அம்மாகிழவி எழுந்து வந்துவிட்டாள். அதற்குள் கணேசன் திண்ணை விளக்கைப் போட்டுக்கொண்டு அருகில் வந்திருந்தான்.

அவன் கைகள் திருமலையின் நெற்றியைத் தொட்டன. "என்ன செய்யுது அண்ணே? இங்க பாருங்க." மெதுவாக அவன் மார்பை நீவிக்கொடுத்தான். திருமலை தலையை ஆவேசமாக அசைத்தபடியே நெஞ்சில் கை வைத்து துடிப்பவன்போல் அசைந்தான். கட்டிலின் விளிம்பில் உட்கார்ந்த கணேசன் "நெஞ்சு வலிக்குதா.. இருங்க" என்று அவன் மார்பை நீவிக்கொடுத்தான். அம்மாகிழவி மீண்டும் கணேசனிடம் "ஒண்ணுமில்ல கணேசா.. எதாச்சும் நெஞ்செரிச்சலா இருக்கும். செரியாப் போயிரும். நீ உள்ள போப்பா.."

"சாயங்காலமெல்லா நல்லாத்தானே இருந்தான்.. சாப்ட்டது எதாச்சும் ஒத்துக்கலயா?" கணேசன் இன்னும் மார்பை நீவியபடியேதான் இருந்தான்.

அவன் தொடுகையின் வலி திருமலைக்கு பெரும் அவஸ்தையாயிருந்தது. தினம் தினம் நூறு முறை தொட்டிருக்கிறான். ஆனால் இன்று அவனது தொடுகையை திருமலையால் தாங்கிக்கொள்ள முடியவில்லை. ஏதோ ஒரு விலகல், வாஞ்சையின்மையை உணர முடிந்தது. இதற்குள் அவளைத் தொட வாய்த்ததோ இல்லை, என் கதையை

துயரம் பொங்க சொல்லிக் கொண்டிருந்தானோ? திருமலைக்கு அந்த நேரத்திலும் உள்ளூர சிரிப்பு பொங்கியது. ஒரு வேளை அப்படியிருந்தால் கதையை கேட்டுக் கொண்டிருந்த அவளுக்கு எப்படியிருந்திருக்கும். அப்படியொரு அசந்தர்ப்பத்தில் களையிழந்த அந்த அறையைப் பற்றிய கற்பனை திருமலைக்கு பிடித்திருந்தது.

கணேசனின் கை விலகியது.

"எதுக்கும் காலைலே டாக்டரே வரச் சொல்லிப் பாத்தர்லாம்.. கொஞ்சம் டீ சூடா வெச்சு தர்லாமா?"

"அதெல்லாம் வேண்டாண்டா.. செரியா போகும். சாதாரண கபந்தான். காலைலே கசாயம் போட்டு குடுக்கலாம். இப்ப போய் தூங்கு போ.. காலைலே ஊருக்குப் போகணுமில்ல.." அம்மா அவனை உள்ளே அனுப்புவதிலேயே குறியாயிருந்தாள்.

இப்படி லயம் கலைந்த பின்னும் உடல் கொந்தளித்திருக்குமா என்ன? அந்த குளிர் இரவில் ஒளியும் இருளும் கலந்தாடிய வெளியில், முரசின் தாள அதிர்வில் துடித்தாடிய அவளது கருத்த மேனியின் அசைவுகள் இந்த உடலை முறுக்கேற்றித் துடிக்கச் செய்திருக்கின்றன. அந்த இரவை நினைத்து நினைத்து உள்ளே அதிரும் வேட்கையும் அதற்கு சற்றும் இசையாத உடலுமாய் எத்தனை இரவுகள் இந்தக் கட்டிலில் கிடந்து வெந்திருக்கிறேன். இரவின் அத்துவான வெளியில் ஆடும் அவளது உடலை காற்றில் புணர்ந்து வெடிக்கும் என் ஸ்கலிதங்களை யார் சூல்கொள்வார்? உடலற்ற காமத்தின் ஊமை வலி உனக்குத் தெரிய நியாயமில்லை அம்மா. இந்த நொடியில் நான் செத்திருந்தாலும் பரவாயில்லை என்று நீ சபிப்பது எனக்கு தெரியும். நானும் பல ராத்திரிகளில் அப்படியேதான் நொந்து கிடந்திருக்கிறேன். இப்படி எனக்கே பாரமாய் போய்விட்ட உடம்பை வைத்துக்கொண்டு உயிர் வாழ்ந்து நான் என்ன சாதிக்கப் போகிறேன்?

கணேசனிடமிருந்து பதில் இல்லை. ஒரு நாளும் முகம் கோணியதில்லை அவன். எத்தனை வேலையிருந்தாலும்

அசௌகரியங்களிருந்தாலும் அவனைப் பராமரிப்பதில் சிடுசிடுத்ததேயில்லை. அம்மாகிழவிக்கு தள்ளாமையும் தாளாமையும் சேர்ந்து புலம்பச் செய்யும். ஆனால் கணேசனிடம் சிறு முணுமுணுப்பும் வந்ததில்லை. ஆனால் இன்று அவனுக்குள்ளும் அந்த எரிச்சலின், சிடுசிடுப்பின் சிறு விதை முளைத்திருக்கக் கூடும். இன்றைக்கு இல்லையென்றாலும் உள்ளே இருக்கும் அவளை நெருங்கத் தொடங்கிய பிறகு என் இருப்பும் வாளாமையும் அவனுக்கு பெரும் நெருக்கடியைத் தரவே செய்யும். இந்த இரவின் என் அசௌகரியங்களை அவன் புரிந்துகொள்ளும் தருணத்தில் அது கழிவிரக்கமாகவோ, மூர்க்கமாகவோ எப்படியும் போகலாம்.

இருவரும் பேசாமலிருப்பதை வெகு நேரம் பொறுத்துக் கொள்ள முடியாமல் மெதுவாகக் கண்களைத் திறந்தான். கணேசன் திண்ணையில் உட்கார்ந்து நட்சத்திரங்கள் சிதறிய வானத்தைப் பார்த்திருந்தான். அம்மாகிழவி இவன் கண் திறப்பதற்காகக் காத்திருந்தவள்போல அருகில் வந்தாள். கண்கள் அவனை ஊடுருவின. காதருகில் குனிந்து கிசுகிசுத்தாள்.

"ஏண்டா திருமலே இப்பிடி பண்றே.. நீ செய்யறது உனக்கே நல்லாருக்கா.. பாவம்டா.."

திருமலை அவளை முறைத்தான்.

"பாவந்தான்ம்மா.. எதையாச்சும் அரச்சு ஊத்திரு.. பாவந் தீந்துரும்."

உதடுகள் கோண அவன் சொன்னதும் கிழவி அழத் தொடங்கினாள். இருவரும் என்ன பேசிக்கொண்டார்கள் என்று புரியாத கணேசன் திரும்பிப் பார்த்தான்.

"என்னம்மா.. என்னாச்சு? ஏண்ணா.. என்ன பண்ணுது? ரொம்ப முடியலையா?"

திருமலை வெறுமனே தலையாட்டினான். கண்களில் அவனையறியாமல் கண்ணீர் வழிந்தது. இருவரும் அழுவதைப் பார்த்ததும் கணேசன் எழுந்து அருகில் வந்தான். முகம் இறுகியிருந்தது. அந்த இறுக்கம் அம்மாகிழவிக்கு பதற்றத்தை

ஏற்படுத்தியது. அவசரமாய் கண்களைத் துடைத்துக்கொண்டு திருமலையின் முகத்தையும் புடவைத் தலைப்பால் துடைத்துவிட்டாள்.

"நான் சொன்னனே.. இந்த கல்யாணங்காச்சியெல்லாம் வேண்டாம்னு சொன்னேன்.. கேட்டியா நீ?" வறண்ட குரலில் கணேசன் மெதுவாகக் கேட்டான். திருமலையின் மனம் நடுங்கித் துடித்தது. குமுறினான். கணேசனைக் கட்டிக்கொள்ள வேண்டும் போலிருந்தது. நெஞ்சு விம்ம உதடுகள் துடிக்க அழத் தொடங்கினான்.

அம்மாகிழவி மெல்லத் திரும்பினாள். கண்ணீரைப் புறங்கையால் துடைத்தபடியே கணேசனைப் பார்த்தாள். விளக்கொளியின் நிழல் சரிந்த அவன் முகத்தை சரியாகப் பார்க்க முடியவில்லை. இருளின் ஆழத்துடனும் ஒளியின்மையின் சஞ்சலத்துடனும் கணேசனின் முகம் அசைவற்றிருந்தது. அம்மாகிழவியின் அடிவயிற்றிலிருந்து பெரும் பீதி திரண்டெழுந்தது.

(காலச்சுவடு, 2007)

4
தருணம்

பாண்டியின் சடலத்தை ஆம்புலன்ஸிலிருந்து இறக்கி வீட்டுக்குள் கிடத்தினார்கள். தலையிலிருந்து பாதம் வரையிலும் வெண்ணிற பாப்லின் துணி மொட மொடப்புடன் சுற்றிக் கட்டப்பட்டிருக்க பாண்டியின் முகம் வீக்கம் கண்டிருந்தது. பத்துக்குப் பத்து அளவில் இருந்த அந்த இடத்தில் ஆளாளுக்கு இடித்துக் கொண்டே எட்டி எட்டிப் பார்த்தார்கள். வேஸ்ட் குடோன் மாணிக்கம் ஒரு ரோஜா மாலையை அவன் நெஞ்சில் சாத்திவிட்டு நகர்ந்தார். இன்னும் இரண்டு மாலைகள் கால்மாட்டில் வைக்கப்பட்டன. சடலத்தின் மீது இருந்த மருத்துவமனைக்கான வாடையோடு ரோஜாவின் மணம் அபத்தமாய் கலந்தது.

"நா பாக்க மாட்டேன். இல்லக்கா. நா பாக்க மாட்டேன். அவரு இல்ல இது" வாசுகியின் தோளில் முகம் புதைத்தபடி ராஜம் குமுறினாள். காலையிலிருந்து கண்ணீரைத் தேக்கி வைத்தபடி வெற்றுப் பார்வையுடன் உட்கார்ந்திருந்தவள் பாண்டியின் உடலை உள்ளே எடுத்து வருவதைக் கண்டதும் பயந்து ஓலமிட்டாள். வாசுகி அவள் முகத்தைத் திருப்பினாள்.

"பாவி... பொணமாக் கெடக்கறான் அவன். நீ அவனில்லை, அவனில்லைன்னு பைத்தியமாட்ட ஒளர்ற. பாருடி... கண்ணத்

தொறந்து பாரு. உன்ன இப்பிடி தெருவுல விட்டுட்டு கெடக்கறான் பாரு."

அழுதபடியே ஒடுங்கியவளை இழுத்து வாசுகி அவன் தலைமாட்டில் உட்காரவைத்தாள். முகத்தை மூடிய கைகளை மெல்ல விலக்கி பாண்டியை நிதானமாக பார்த்தாள். அவன் தூங்குவது போலத்தான் இருந்தது. "மாமா... மாமா... என்ன பாரு மாமா. கண்ணத் தொறந்து பாரு மாமா" என்று கேவல்கள் வெடித்தன. உதடு துடிக்க அவன் தோளில் விழுந்தாள். வாசுகி அவசரமாக அவளை விலக்கினாள். மார்பிலும் முகத்திலும் அடித்தபடி அய்யோ அய்யோவென உயிர் துடிக்க அழுதவளைச் சமாதானப்படுத்த முடியாதவளாய் வாசுகியும் அழத் தொடங்கினாள்.

பாண்டியைப் பார்க்க கூட்டம் வந்தபடியே இருந்தது. வீட்டு வாசலில் இருந்த வேப்பமர நிழலிலும் தெருவின் மறுபக்கம் இருந்த பனியன் கம்பெனியின் வாசலிலும் நின்றவர்கள் பாண்டியை பலி வாங்கிய விபத்தைப் பற்றி பேசிக் கொண்டிருந்தார்கள். கம்பெனியை அடுத்திருந்த கனகுவின் வீட்டு வாசலிலும் ஆட்கள் சேர்ந்திருந்தார்கள். வாசல் திண்ணையில் இருந்த கனகுவை அனைவரும் சூழ்ந்திருந்தார்கள். கலைந்த தலை, சிவந்து களைத்திருந்த கண்களுடன் எந்தக் கேள்விக்கும் பதில் சொல்லாமல் தலை குனிந்து உட்கார்ந்திருந்தான். விஸ்வமும் காசியும் தான் மின்மயானத்துக்குப் போய் ஏற்பாடுகளை செய்திருந்தார்கள்.

"விஜயன் எப்பிடி இருக்கான் கனகு?"

குடோன் மாணிக்கம் கனகுவின் பக்கத்தில் வந்து உட்கார்ந்தார். அவனுக்கு அழுகை கொப்புளித்தது.

★

நேற்று காலை எட்டு மணிக்கு விஜயனும் பாண்டியும்தான் புறப்பட்டுப் போனார்கள். விஜயன் செகண்ட் ஹேண்டில் யமஹா பைக் வாங்கி இரண்டு வாரம்தான் ஆகியிருந்தது. பைக் வாங்கிய பொழுதிலிருந்து பாண்டியும் விஜயனும் சேர்ந்தேதான் சுற்றிக்கொண்டிருந்தார்கள். கனகு அப்போதுதான் தெருமுனைக்

குழாயில் தண்ணீர் பிடித்துக் கொண்டிருந்தான். அவனருகில் வந்ததும் வண்டியை வேகம் தணித்தார்கள். பாண்டி வண்டியை ஓட்ட விஜயன் பின்னால் உட்கார்ந்திருந்தான்.

"கனகு. தென்திருப்பதிக்கு போயிட்டு வரோம். சாயங்காலமா சாந்தி கொட்டாயில டிக்கெட் வாங்கி வெச்சுரு. வந்தர்றோம்."

வண்டி உறுமியபடி முன்னால் நகர்ந்து மறுபடியும் நின்றது. பாண்டி திரும்பிப் பார்த்து. "கனகு. நாலு டிக்கெட் வாங்கணும்" என்றான்.

தண்ணீர்க் குடத்தை முகப்புத் திண்ணையில் வைத்துவிட்டு குனிந்து உள்ளே போன கனகு, மிளகரைத்துக் கொண்டிருந்த வாசுகி அக்காவிடம் கேட்டான்.

"காலங்காத்தாலே வண்டிய எடுத்துட்டு ரெண்டுபேரும் கெளம்பிட்டாங்க... எதாச்சும் சாப்புட்டாங்களா?"

வாசுகி அக்கா சந்தனப் பதம் வந்துவிட்டதா என்று விரல்களால் சோதித்தபடியே தலையாட்டினாள். "இந்த பைக்கை வாங்கினதிலிருந்து வீடு தங்க மாட்டேங்கறாங்க. இவன்தான் வளுசுப் பய, திரியறான்னா. அந்தப் பாண்டி கட்டுன பொண்டாட்டியகூட கண்டுக்க மாட்டேங்கறான்."

வாசுகிக்கு எல்லாவற்றின் மீதும் வெறுப்பு. சலிப்பு. முப்பத்தி ஆறு வயதுக்குள்ளாக வாழ்க்கை அவள் மீது திணித்துவிட்டிருந்த சிக்கல்களினாலும் கசப்பினாலும் விளைந்த சலிப்பும் வெறுப்பும். விளையாட்டுப் பிள்ளை களாய் விஜயனும் கனகுவும் இவளை அண்டிக் கிடந்த காலம் மாறி இன்று தம்பிகள் தயவில் நாட்கள் கழிகின்றன. ஆண்டிபட்டியிலிருந்து மணப்பெண்ணாய் அய்யம்பாளையம் போன மூன்றாவது மாதமே வெறுங்கழுத்துடன் திரும்பியவளின் கண்ணீர் காய்வதற்குள் ஆதரவாயிருந்த அப்பாவும் தம்பிகளைக் கைசேர்த்துவிட்டு கண்ணை மூடிவிட்டார்.

கதியற்று நின்றவள் தம்பிகளுடன் ஒருநாள் அதிகாலையில் திருப்பூர் புதிய பஸ் நிலையத்தில் வந்திறங்கினாள். ஒரு கணம் வாழ்வின் அனைத்து வழிகளும் அடைபட்டுப்

போய்விட்ட மருட்சி அவள் நெஞ்சை அடைத்தது. கண்ணீர் பெருக டீக்கடை வாசலில் தம்பிகளுடன் நின்றாள். பேருந்து நிலையத்துக்கு பக்கத்தில் இருந்த உழவர் சந்தைக்கு காய்கறி வாங்க வந்த வேஸ்ட் குடோன் மாணிக்கம் அருகில் வந்து விசாரித்தார். ஆறுதல் சொல்லி குடோனுக்கு அழைத்து வந்தார். அவருக்கு சொந்தமான லைன் வீடுகளில் ஒன்றில் தங்குவதற்கு இடம் கொடுத்தார். குடோனில் வேலையும் கொடுத்தார். இரண்டாம் நாள் இரவில் மண்ணெண்ணை அடுப்பில் சோறு பொங்கி மூவரும் வயிறாரச் சோறு உண்டபோது வாசுகிக்கு பிழைத்துவிடுவோம் என்ற தைரியம் வந்தது. விஜயனும் அடுக்கிக் கட்டுவதில் தொடங்கி, கைமடித்து சிங்கர் டெய்லராகிவிட்டான். பள்ளிக்கூடம்தான் போவேன் என்று ஆரம்பத்தில் அடம்பிடித்த கனகுவும் பிறகு சமாதானமாகி கம்பெனிக்குள் கால்வைத்து இப்போது கட்டிங் மாஸ்டராகிவிட்டான்.

ஒண்டிக்கொள்ள நிழலுமின்றி, பசியாற வழியுமின்றிப் பரிதவித்த நாட்கள் போய், நிம்மதிப் பெருமூச்சுவிட்டு நிமிர்ந்தபோது அதுகாறும் அவளுக்குள் பதுங்கிக் கிடந்த வெறுமையும் கசப்பும் வெடித்து வெளிப்பட்டன. இதற்காகவே வேலைகளை இழுத்துப்போட்டுக் கொள்வாள். ஆனாலும் ஒருசில நாட்களில் திண்ணையில் கவிழ்ந்து படுத்தால் சாயங்காலம் வரைக்கும் கண்ணீர் விட்டபடியே அன்ன ஆகாரம் இல்லாமல் துவண்டு கிடப்பாள். ராஜம் அந்தத் தெருவிற்கு வந்த பிறகு அவளுக்கு ஒரு பெரும் பிடிப்பு ஏற்பட்டது போலொரு உற்சாகமும் வந்தது.

தம்பிகளை அழைத்துக்கொண்டு வாசுகி வந்திறங்கிய அதே நிலையில்தான் பாண்டியும் ராஜத்தோடு திருப்பூர் வந்து சேர்ந்தான். திருச்சுழியில் டூ வீலர் மெக்கானிக். ஒற்றை ஆளாய் இருந்த வரையில் வருமானம் பற்றியோ எதிர்காலம் பற்றியோ திட்டங்கள் எதுவுமில்லாமல் திரிந்தவனுக்கு ராஜத்தை கட்டிக்கொண்டபிறகு கவலைகளும் சேர்ந்தே வந்தன. ராஜத்தின் அண்ணன் மகனும் சித்தப்பா வீட்டுப் பிள்ளைகளும் சொன்ன அனுபவத்தில் ராஜம்தான் திருப்பூர் போய் பிழைக்கலாம் என்று பாண்டியை வற்புறுத்தி சம்மதிக்க வைத்து அழைத்து வந்தாள். இரண்டு லெதர் பைகளும் சிறிய

சோணிப் பையில் வீட்டுச் சாமான்களுமாக பாண்டியும் ராஜமும் வாசலில் வந்து நின்றார்கள். “வாடகைக்கு வீடு இருக்கா இங்க?” வேர்வையும் களைப்புமாய் நின்றவர்களை திண்ணையில் உட்கார வைத்து விசாரித்தாள். சூடான தேநீரைக் குடித்தபடியே பாண்டி விபரம் சொன்னான். வாசுகியின் பரிந்துரையில் மீனாட்சி வாடகைக்கென்று அமைத்திருந்த நான்கு வீடுகளில் தெருவை ஒட்டிய முதலாவது வீடுதான் பாண்டிக்கு வாய்த்தது. சீமை ஓடுகள் வேய்ந்து நாலாபக்கமும் தென்னை ஓலைகள் அடைத்த தட்டிகளையே சுவராகக் கொண்டது. சிமெண்டு தரை. வடகிழக்கு மூலையில் அடுப்பங்கரைக்கென ஒரு தடுப்பு. தகரத்தாலான கதவு. ஒரே ஆறுதல் வாசல் வேப்பமரம். அன்று மாலையில் வேலை முடிந்து வீட்டுக்கு வந்தபோதுதான் விஜயன் பாண்டியைப் பார்த்தான். பார்த்தவுடன் பிடித்துப் போய்விட்டது. மெக்கானிக் வேலை பார்க்கப் போகிறேன் என்று இருந்தவனை விஜயன்தான் கம்பெனிக்குள் இழுத்துப்போட்டான்.

சாந்தி தியேட்டரில் டிக்கெட் வாங்க வரிசையில் நின்றிருந்தபோதுதான் கனகுவின் செல்போன் ஒலித்தது. அழைப்பு விஜயனின் எண்ணிலிருந்துதான் வந்தது.

“அலோ... யார் பேசறதுங்க?” மறுமுனையில் விஜயனின் குரல் ஒலிக்கவில்லை.

“அலோ... நா கனகுதான் பேசறேன். விஜி இல்ல. நீங்க யாரு?” மனத்துக்குள் ஆயிரம் கேள்விகள். போன் எங்கும் கீழே விழுந்துவிட்டதா? ராங் நம்பரா? எண்ணை சரியாகப் பார்க்கவில்லையா?

“அன்னூர் ஸ்டேஷன் போலிஸ் கான்ஸ்டபிள் பேசறேன். ஒரு ஆக்ஸிடென்ட் இங்க. ஸ்பாட்ல ஒருத்தர்கிட்ட இருந்த போன்ல இருந்துதான் பேசறேன்.” மேலும் அவர் சொல்லியது எதையும் காதில் வாங்கிக்கொள்ள முடியவில்லை கனகுவால். வரிசையிலிருந்து விலகினான். செல்போனை பிடித்திருந்த கை நடுங்கியது. தியேட்டர் வாசலில் இருந்த அனைத்து இயக்கங்களும் ஓசையிழந்து சுழன்றன. செல்போனில் அழைப்பு வந்த எண்ணை மீண்டும் மீண்டும் உறுதிப்படுத்திக் கொண்டான்.

நேரத்தை சரிபார்த்தான். விஜயனின் போனிலிருந்து அவன் பேசவில்லை. ஒரு போலிஸ்காரர் பேசுகிறார். என்றால் விஜயன் என்ன ஆனான்? பாண்டிக்கு என்ன ஆனது? இருவரையும் 108 ஆம்புலன்ஸில் கோயமுத்தூர் மருத்துவமனைக்கு கொண்டு போகிறோம், நீங்கள் உடனடியாக அங்கே வந்து சேருங்கள் என்று சொல்கிறார். அடுத்து என்ன செய்வது என்பதை கனகுவால் தீர்மானிக்க முடியவில்லை. காசியை அழைத்தான். அடுத்த பத்தாவது நிமிடத்தில் விஸ்வத்தோடு வந்து சேர்ந்தான்.

"அக்காகிட்ட இப்ப எதுவும் சொல்லவேண்டாம் கனகு. நாம கோயமுத்தூர் போயி பாத்துட்டு அப்பறமா சொல்லலாம்." சாந்தி தியேட்டர் வாசலிலிருந்தே கோயமுத்தூர் பேருந்தில் ஏறிக்கொண்டார்கள். ஒன்றரை மணி நேரப் பயணம் கனகுவிற்கு பெரும் அவஸ்தையாக இருந்தது. கண்களைத் திறக்காமல் இறுக மூடிக்கொண்டான். உள்ளுக்குள் ஆயிரம் காட்சிகள். பாண்டியின் முகம். சீறிச் செல்லும் வாகனம். பின்னிருக்கையிலிருந்து கால்களை விரித்துக் கொண்டு மல்லாந்து விழும் விஜயன். தெறிக்கும் ரத்தம். சாலையில் கிரீச்சிட்டுத் தேயும் பிரேக்கின் நாராசம். காசி அவனைத் தேற்றுவதற்காகத் தொடர்ந்து பேசிக்கொண்டே இருந்தாலும் கனகுவால் கவனத்தை திசைமாற்றிக் கொள்ள முடியவில்லை.

இரவு ஏழரை மணிக்கு அரசு மருத்துவமனை வளாகம் மங்கலான வெளிச்சத்தில் ஓய்ந்திருந்தது. ஞாயிற்றுக்கிழமை என்பதால் திருச்சி சாலையும் அடங்கியிருந்தது. வளாகத்தினுள் மஞ்சள் ஒளியில் கட்டிடங்கள். கிளை விரித்து ஆடிய தூங்குமூஞ்சி மரங்கள். மருத்துவமனைக்கேயுரிய பிரத்யேகமான நெடி. கனகுவிற்கு உள்ளே வரவே பயமாயிருந்தது. கால்கள் நடுங்கின. மூவரையும் பார்த்து 108 ஆம்புலன்ஸ் டிரைவர் நெருங்கி வந்தான்.

அன்னூரிலிருந்து ஆறு கிலோ மீட்டர் தள்ளி ரைஸ் மில் அருகில் பைக்குக்கு பின்னால் வந்த ஒரு செங்கல் லாரி மோதியிருக்கிறது. சற்று தொலைவில் பேருந்துக்காக காத்திருந்தவர்கள் ஓடிவந்து காவல்துறைக்கும் 108 ஆம்புலன்சுக்கும் தகவல் சொல்லியிருக்கிறார்கள். யார் என்ன என்று தெளிவாகத்

தெரியவில்லை. ஒருவர் அவசர சிகிச்சைப் பிரிவிலும் இன்னொருவர் தீவிர சிகிச்சைப் பிரிவிலும் இருப்பதாக டிரைவர் வழிகாட்டினான்.

கனகுவிற்கு தலை சுற்றியது. அடிவயிறு கலங்க அப்படியே தரையில் உட்கார்ந்தான். காசி அவசர சிகிச்சைப் பிரிவுக்கு ஓடினான். திரும்பி வந்தவன் கனகுவை எழுப்பினான்.

“டேய்... வாடா. விஜயன பாத்துட்டேன். ஒண்ணுமில்லடா. வா... பாக்கலாம்.”

வலது கணுக்காலிலும் முழங்காலிலும் எலும்பு முறிவு. இடது நெற்றியில் பலமான அடி. ரத்த நெடியோடு மயக்கத்தில் கிடந்தான். இரவுப் பணியிலிருந்த டாக்டர் மறுநாள் காலையில் அறுவைச சிகிச்சை நடைபெறும் என்று சொன்னார். கனகுவுக்குப் பெரும் ஆசுவாசமாயிருந்தது. தண்ணீரை முகத்தில் இறைத்துக் கழுவிக் கொண்டான். கால் நடுக்கம் மட்டுப்பட்டது.

“டேய். பாண்டிக்கு என்னாச்சுன்னு பாக்கலாம் வாடா” விஸ்வம் தோள்தொட்டு அழைத்தபோதுதான் அவனுக்கு பாண்டியைப் பற்றிய நினைப்பே வந்தது.

தீவிர சிகிச்சைப் பிரிவு இரண்டு கட்டிடங்கள் தள்ளி சற்றே உள்ளடைந்து நின்றது. வராந்தாவில் இருந்த பிளாஸ்டிக் நாற்காலிகளில் நீண்ட பெஞ்சுகளில் உறவுகள் காத்திருந்தன. தரை விரிப்புகள், போர்வைகள், தண்ணீர் பாட்டில்கள், தட்டு, டம்ளர், பாத்திரங்கள், பிளாஸ்க் ஆகியவை அடங்கிய கட்டைப் பைகள். இரவு படுப்பதற்காக மின்விசிறிக்குக் கீழாக விரிப்பைப் போட்டு சிலர் தயாராகியிருந்தார்கள். திரைச்சீலையுடன் இருந்த கண்ணாடிக் கதவுக்கு வெளியே நீண்ட மேசைக்குப் பின்னாக நின்றிருந்த நர்ஸ் செல்போனில் நிதானமாகப் பேசிக்கொண்டிருந்தாள். மேசையில் சாய்ந்து நின்று அவளையே பார்த்துப் புன்னகைத்தபடியிருந்த காக்கிச் சீருடைக் காவலரிடம் காசி விபரம் கேட்டான்.

“அன்னூர் ஆக்சிடெண்ட் கேஸா? ஆமாமா. ஒரு ஆளு இங்கதான் இருக்கறாரு. பேரு கூட தெரியாது.”

நர்ஸ் செல்போனை அவசரமாக அணைத்துவிட்டு கேட்டாள்.

"நீங்க அவருக்கு தெரிஞ்சவங்களா? சொந்தமா?"

கனகுவுக்கு அடிவயிறு மீண்டும் புரட்டியது. தொண்டை வறண்டது. அபாயத்தின் பெரும் இருளுக்குள் அமிழ்த்தப் போகிற முதல் படியாக அந்த கேள்வி நின்றது.

"பிரண்டு. என்னாச்சு அவருக்கு?"

ஆட்கள் வந்துவிட்டதால் நிதானம் அவளிடம் இப்போது. இண்டர்காமை எடுத்துப் பொத்தான்களை அழுத்திப் பேசினாள். சில நொடிகளுக்குள்ளாக மருத்துவமனை காவல் மையத்திலிருந்து ஒரு கான்ஸ்டபிளும் ஏட்டும் வந்துவிட்டார்கள். தீவிர சிகிச்சைப் பிரிவின் பணி மருத்துவரும் வெளியில் வந்தார். கனகுவிடம் பாண்டியைப் பற்றி விசாரித்தார்கள். படிவங்களை நிரப்பிக் கையொப்பமிடச் சொன்னார்கள்.

"தலையிலதான் பலமான அடி. நெறைய ரத்தம் போயிருச்சு. சர்ஜரி பண்ணவேண்டியிருக்கும். டாக்டர்ஸ் இப்ப வந்து பாத்து முடிவு பண்ணுவாங்க. இப்ப இருக்கற நெலமையில ஒண்ணும் சொல்ல முடியாது. அவங்க வீட்ல இருந்து யாராவது இங்க வந்து இருந்தா பார்மாலிட்டீசுக்கு வசதியா இருக்கும். அப்பறம். பிளட் அரேஞ்ச் பண்ண வேண்டியிருக்கும்."

பணி மருத்துவர் சொன்ன தகவல்கள் தைரியத்தைக் குலைத்தன. யாராவது ஒருவர் உள்ளே போய் பார்த்துவிட்டு வரலாம் என்று அனுமதித்தபோது கனகு அவசரமாக விலகி நின்றான். காசி தயங்கியபடியே உள்ளே போய்விட்டு வந்தான்.

"இங்கயே இருங்க. வெளியில எங்கயும் போயிடாதீங்க." நர்ஸ் செல்போன் நம்பரை வாங்கிக் கொண்டாள்.

வெளியில் வந்தபோது இரவுக் காற்று சிலீரென்று முகத்தில் மோதியது. கனகு ஒன்றுமே பேசாமல் தலையை உலுக்கியபடியே நடந்தான். 108 ஆம்புலன்ஸ் டிரைவரும் அன்னூரிலிருந்து வந்த கான்ஸ்டபிளும் மெல்ல நெருங்கி வந்தனர். பாண்டியின் செல்போனை கனகுவிடம் ஒப்படைத்தார்.

"வண்டி அங்கயேதான் கெடந்துது. ஸ்டேஷன்ல கொண்டுவந்து போட்டுருப்பாங்க. இதெல்லாம் முடிஞ்சதுக்கப்பறமா வாங்க. பாத்துக்கலாம்."

பணத்தை வாங்கிக்கொண்டு இருவரும் நகர்ந்த பிறகு காசி செல்போனை எடுத்தான்.

"கனகு... அக்காகிட்ட இருந்து நாலைஞ்சு மிஸ்ட் கால் வந்துருக்கு. விஜயனோட போன்லயும். அவங்கள கூப்பிட்டு விஷயத்தை சொல்லிரலாம்."

கனகு நிமிர்ந்து பார்த்தான். தீவிர சிகிச்சைப் பிரிவுக்குள் சென்று பாண்டியைப் பார்த்துவிட்டு வந்தபின் காசி சொன்னதுதான் இன்னும் அவன் காதில் ஒலித்தபடியிருந்தது.

"பயமா இருக்குடா கனகு. தலையில பெரிய கட்டு. கர்.கர்னு சத்தம். என்னால நிக்கவே முடியலை. பாண்டிதான்னு உத்துப் பாத்துட்டு நகந்து வந்துட்டேன். காலையில வரைக்கும் அவன் பொழைச்சுருப்பான்னு எனக்கு நம்பிக்கையில்ல."

வாசுகி மறுபக்கத்தில் அவசரமாகப் பேசுவது தெரிந்தது.

"ரெண்டு பேரும் நல்லாத்தான் அக்கா இருக்காங்க. அன்னூர்கிட்ட ரோட்ல விழுந்துட்டாங்க. இன்னிக்கு ஞாயித்துக் கிழமையில்ல. அதான். டாக்டருக இல்லை. நாளைக்குப் பாத்துட்டுத்தான் டிஸ்சார்ஜ் பண்ணுவாங்க. நாங்க பாத்துக்கறோம். காலையில போன் பண்றோம். வரணும்னா பாண்டி சம்சாரத்த அழைச்சிட்டு வாங்க. கனகு இதோ... இங்கதான் இருக்கான்."

"கனகு... நீ பேசினாதான் நம்புவாங்க. தைரியமா பேசு. அழுது வெச்சறாதே" சன்னமாக எச்சரித்துவிட்டு செல்போனை நீட்டினான்.

"ஆமாக்கா... ஒண்ணுமில்லை. கீழ விழுந்ததுல லேசான அடிதான். அதெல்லாம் வேண்டாம். காலையில பாத்துக்கலாம்."

ஒற்றை வார்த்தையில் பதில் சொல்லிவிட்டு செல்போனை துண்டித்தவனிடமிருந்து அழுகை வெடித்தது. மரக் கிளைகளிலிருந்து பறவைகள் சடசடத்து அமைந்தன. அழுகுரல் கேட்டு வராந்தாவில் படுத்துக் கிடந்தவர்கள் எழுந்து பார்த்தார்கள். விஸ்வம் கனகுவை இழுத்துத் தோளில் புதைத்துக் கொண்டான்.

தூங்கிக் கிடந்தவனை காசி உலுக்கி எழுப்பினான். தீவிர சிகிச்சைப் பிரிவின் ஒரு மூலையில் சரிந்து உட்கார்ந்தபடியே தூங்கிப் போயிருந்தான். இன்னும் விடிந்திருக்கவில்லை. பனியும் குளிருமாக இருள் உறைந்திருந்தது.

கண்களைத் திறக்கவே முடியாத எரிச்சல். ஒரு கணம் அனைத்துமே தெளிவற்ற காட்சியாகச் சுழன்றது.

"என்னடா ஆச்சு?"

காசியின் முகம் சுண்டிப்போயிருந்தது. விஸ்வம் தலையில் கைவைத்தபடியே மண்டியிட்டு உட்கார்ந்தான்.

"எல்லாம் முடிஞ்சுபோச்சுடா கனகு. பாண்டி தலையில கல்லப் போட்டுட்டாண்டா."

கனகு சுவரில் சரிந்து உட்கார்ந்தான். பதற்றம் மெல்ல மெல்ல அடங்கியது. மூச்சு சீரானது. கண்ணீர் நிறைந்து தளும்பி வழிய மூச்சை ஆழமாக உள்ளிழுத்தான்.

அதிகாலையில் ஆபரேஷனுக்கு தயார்படுத்துவதற்கு முன்பே பாண்டி விடைபெற்று விட்டிருந்தான்.

★

"எடுத்தர்லாமா கனகு?" மாணிக்கம் மறுபடியும் அருகில் வந்தார். கனகு மெல்ல எழுந்தான். திண்ணையின் மேற்கு மூலையில் தலை கவிழ்ந்து உட்கார்ந்திருந்தவளைப் பார்த்தான். மெலிதான தேகம். கருத்து நீண்ட தலைமுடி. முகமும் உடலும் தாய்மையின் பொலிவுடன் மின்னின. அடர்பச்சை நிறப் பருத்திப் புடவையில் உதடு துடிக்க வெற்றுப் பார்வையுடன்

பாண்டியின் வீட்டுவாசலையே பார்த்தபடி இருந்தாள். அவளருகில் உட்கார்ந்திருந்த வாசுகி எழுந்தாள். விறுவிறுவென்று பாண்டியின் வீட்டுக்குள் போனாள்.

ராஜம் இன்னும் தலைமாட்டில் முகம் புதைத்து அழுதபடியிருந்தாள். வாசுகி அவளருகில் உட்கார்ந்தாள். ராஜத்தின் முதுகில் கைவைத்து அணைத்தபடியே குனிந்து அவள் காதில் மிக மெதுவாக சொன்னாள்.

"ராஜம். போதுண்டா. போனது போயிட்டான். இனி அழுதுட்டே இருந்தா ஆச்சா?"

ராஜம் தலை நிமிர்த்தினாள். வாசுகி இன்னும் ஏதோ சொல்லப் போகிறாள் என்பதுபோல பார்த்தாள். கண்கள் களைத்து முகம் வீங்கியிருந்தது.

"சொல்லுக்கா."

வாசுகிக்கு அழுகை கொப்பளித்தது.

"ஆனது ஆச்சுடி... நா சொல்றதப் பொறுமையாக் கேளு. கோவப்பட்டு கத்தாதே. என்ன?"

ராஜத்தின் பார்வை கூர்மை பெற்றது "சொல்லுக்கா."

"அவ வந்து உக்காந்துருக்கா ராஜம். ஒரே ஒரு தடவ மொகத்தப் பாத்துட்டுப் போயிரட்டுமே."

விலுக்கென்று ஆவேசத்துடன் நிமிர்ந்தாள் ராஜம். தலையை அள்ளி முடிந்து கொண்டவளின் பார்வை வாசுகிக்கு அச்சம் தந்தது.

"இங்கயே வந்துட்டாளா அவ. விடமாட்டேன் அக்கா. நா விடமாட்டேன். உசுரோட இருந்தவரைக்கும்தான் பங்கு போட்டுக் கெடந்தான்னா இப்ப பொணத்தையும் பங்கு போட்டுக்க வந்துட்டாளா? முடியாது. அவ இங்க இருந்தான்னா பொணத்தை எடுக்கவே விட மாட்டேன். மொதல்ல அவள இந்த எடத்தை விட்டுப் போகச் சொல்லுங்க. போச் சொல்லுங்க."

அவளுடைய கூச்சல் அனைவரது பார்வையையும் வாசுகி வீட்டுத் திண்ணையில் இருந்தவளின் மீது குவிக்கச் செய்தது.

ராஜத்தின் குரல் அவள் காதிலும் விழுந்தது. ராஜத்தின் ஒவ்வொரு சொல்லும் அவளது விசும்பல்களை உக்கிரமாக்கியது. பாண்டியின் சாவும் ராஜத்தின் துக்கமும் மறந்து அனைவரும் இப்போது அந்தப் பெண்ணைப் பற்றிய கற்பனைகளில் சுவாரஸ்யம் கொண்டிருந்தனர்.

வாசுகிக்கு ராஜத்தின் மீது ஆத்திரம் பொங்கியது.

"சொன்னா கேக்க மாட்டியா நீ? பொணத்தக் கட்டிக்கிட்டே எவ்வளவு நேரம் கெடப்படி. அவ வயத்துல புள்ளையோட உக்காந்துருக்காடி. பாவி. அதுக்காகவாவது அவ மொகத்த பாத்துட்டுப் போகட்டுமே."

ராஜம் வாசுகியின் தோளைத் தொட்டாள். முகம் பார்த்தாள். கண்களில் ஆவேசம் இல்லை. பதற்றம் இல்லை. அவள் கண்களுக்குள் ஒரே ஒரு கேள்விதான் கண்ணீருடன் தளும்பி நின்றது.

வாசுகி ஆமோதிப்பவள்போல் தலை அசைத்தாள். ராஜம் பாண்டியின் முகத்தைப் பார்த்தாள். அவனைப் பார்த்தபடியே மெல்ல நகர்ந்து ஓலைத்தட்டியில் சாய்ந்துகொண்டாள். வயிற்றில் அறைந்தபடியே அழத் தொடங்கினாள்.

"போங்கக்கா... போங்க. அவள அழச்சிட்டு வாங்க. இங்க வெச்சு எல்லாச் சீரையும் அவளுக்கே செய்யுங்க. இனி நா சொல்றதுக்கு என்ன இருக்கு?. நியாயமா அவளுக்குத்தான செய்யணும். போங்க. போய் கூட்டியாங்க."

வாசுகிக்கு அழுகை பொங்கிக்கொண்டு வந்தது. ராஜத்தை இழுத்து அணைத்துக்கொண்டாள்.

ராஜம் விலகினாள். முகத்தைத் துடைத்துக்கொண்டாள்.

"அக்கா. நேரமாகுது போங்க... போய் கூட்டியாங்க. எனக்கொண்ணுமில்லை. வரட்டும். வந்து பாக்கட்டும். போங்க."

கரகரத்த அவள் குரல் உறுதியுடன் ஒலித்தது.

வாசுகி எழுந்து தலைமுடியை அள்ளி முடிந்தபடி வெளியே வந்தாள். இதற்குள் அந்தப் பெண்ணைச் சுற்றிக் கூட்டம் சேர்ந்து வேடிக்கை பார்த்திருந்தது. தலை குனிந்து அழுதுகொண்டிருந்தவளை வாசுகி தன் வீட்டுக்குள் அழைத்துச் சென்றாள்.

"நீ வாம்மா போய் பாத்துட்டு வந்தர்லாம். வா."

வாசுகியிடமிருந்து விலகிய அவள் முகத்தைத் துடைத்துக் கொண்டாள். முகத்தில் துக்கத்தை மீறிய நிதானம்.

"அக்கா... நா அங்க வரலை. வேண்டாம். அந்தக்காவுக்குப் பெரிய மனசு. அவர் மொகத்த இனி நான் பாத்து என்ன ஆவப் போவுது? இப்ப நா அங்க போனா அந்தக்காவுக்கு அவரை நெனைக்கும் போதெல்லாம் என்னோட மொகம்தான் நெனப்பு வரும். ஆயுசு முழுக்க உறுத்திட்டே இருக்கும். வேண்டாம். நா மொகம் தெரியாத ஒருத்தியாவே இருந்துட்டுப் போறேன். நீங்க போய் சொல்லி ஆக வேண்டியதப் பாருங்க. நா இங்கயே இருக்கேன். அவங்க சொன்னதே போதும். போங்க."

நகர்ந்து அறை மூலையில் உட்கார்ந்துகொண்டாள். வாசுகி அவள் தலையை வருடினாள். அழுகை பொங்கியது. மின் விசிறியை இயக்கிவிட்டு எவர்சில்வர் சொம்பில் தண்ணீரை எடுத்து வைத்தாள்.

கதவைச் சாத்திக்கொண்டு வெளியே வந்தவள், வாசலில் காத்திருந்த கனகுவிடம் சொன்னாள்.

"எடுத்தர்லாம் தம்பி. ஏற்பாடு பண்ணச் சொல்லு."

(மலைகள், 2012)

5
சூடக் கொடுத்தவள்

கோவை - மயிலாடுதுறை சதாப்தி விரைவு வண்டியின் குளிரூட்டப்பட்ட பெட்டியின் கதவைத் திறந்து உள்ளே நுழைந்ததுமே பூக்களின் வாசனை நாசியைத் தொட்டது. இன்னதென்றில்லை, கதம்பமான நறுமணம். பெட்டியைத் தூக்கிக்கொண்டு நடந்து வந்த களைப்பை நீக்கின சில்லென்ற காற்றும் இதமான மணமும். "என்னமா வாசனை? பூ மார்க்கெட்டுக்குள்ள வந்த மாதிரி இருக்கு..." சாரதா தோள்பையை இறக்கிப் பிடித்தாள். எங்கள் இருவருக்குமான இருக்கை எண்ணைத் தேடியபடியே நடந்தேன். ஒதுக்கப்பட்ட இருக்கைகளைக் கண்டதும் உற்சாகம். எப்போதாவதுதான் இப்படி அமையும். உறுதிப்படுத்திக்கொள்ள மீண்டும் செல்போனிலிருந்த தகவலைச் சரிபார்த்தேன். பெட்டியின் மத்தியில் நடுவில் நீண்ட மேசையுடன் எதிரெதிராய் அமைந்திருக்கும் இருக்கைகளில் இரண்டு.

ஜன்னலோரத்தில் சாரதா அமர அடுத்ததில் அமர்ந்தேன். முன்னாலிருந்த மேசை முழுக்க பூக்கள் நிறைந்த பிரம்புக் கூடை. பிச்சியும் சம்பங்கியும் ரோஜாவுமாய் மணந்தன. ஓரமாக வாழை இலை மூடிய பூ மாலைகள். பெட்டியை மேலே வைத்துவிட்டு உட்கார்ந்ததும் எதிர் இருக்கையில் இருந்தவள் சொன்னாள் "தப்பா நெனச்சுக்காதீங்கோ. ஒங்களுக்கு ஒண்ணும் சிரமம் இல்லேன்னா இதெல்லாம் இப்பிடியே வெச்சுக்கவா?"

"பரவால்லே. பூ தானே?" சிரித்தபடியே சொன்னேன். அவளும் புன்னகைத்துத் தலையாட்டினாள். சாரதாவின் பார்வை என்னைத் தொடுவதை உணர்ந்தேன்.

"மாலையெல்லாம் அம்பாளுக்குத்தான். தோள்மாலை முடிஞ்சது. ரெண்டு தொண மாலை. அப்பறமா சரந்தான். நீங்க திருப்பூர்தானா?"

என்னைப் பார்த்தே அவள் பேசிக்கொண்டிருக்க சாரதா அவளையே உற்றுப் பார்த்திருந்தாள். பட்டையான சிவப்பு பார்டர் வைத்த அடர்ந்த சம்பங்கி நிறச் சேலை. கட்டான உடல். கச்சிதமான முகவெட்டு. ஒற்றைச் சங்கிலி கழுத்தில் மின்ன, ஜன்னல் வழியே விழுந்த எதிர்வெயிலில் மூக்குத்தி சுடர்ந்தது. நீண்ட விரல்கள் பூக்களை எடுப்பதும் சரத்தில் நூலைச் சுற்றித் தொடுப்பதுமாய் அசைந்திருக்க முகத்தில் சிரிப்பு மறையவேயில்லை.

"கேக்கப்படாது. ஆனாலும் எதிலயாச்சும் ஆரம்பிக்கணுமே. எது வரைக்கும் போறேள்?"

என்னை இனி அவளுடன் பேச அனுமதிக்கக்கூடாது என்று நினைத்தவள்போல சாரதா சன்னமான குரலில் ஆர்வமில்லாமல் சொன்னாள் "கும்மோணம். எங்க பையன் அங்க பேங்க்ல வேல பாக்கறான்."

"நல்லதாச்சு. கும்மோணம் வரைக்கும் பேச்சுத் தொணை யிருக்கு. நான் மாயவரம் வரைக்கும் போயி அங்கேர்ந்து திருக்கடையூர் போணும். பத்து நாளைக்கு ஒரு தடவையாச்சும் என்னைப் பாக்காட்டா அவளுக்கும் முடியாது. எனக்கும் முடியாது பாத்துக்கோங்க. அப்பிடியொரு கொடுப்பினை ரெண்டு பேர்க்கும்."

சாரதாவின் முகத்தைப் பார்த்தேன். என்னை ஏறிட்டவள் அவசரமாய் கேட்டாள் "திருக்கடையூர்ல யார் இருக்கா?"

"என்ன இப்பிடி கேட்டுட்டேள். அம்பாள் இருக்காளே. அபிராமி. அவ ஒருத்தி போறுமே. வேற யார் வேணும்?" சிரித்த படியே சொன்னபோது அவள் முகம் இன்னும் பிரகாசித்தது.

நான் ஓரக்கண்ணால் சாரதாவைப் பார்த்தேன். அவள் ஜன்னல் பக்கமாய் முகம் திருப்பியிருந்தாள்.

“நீங்க போனதில்லையா?”

“போயிருக்கோம். இவா மாமாவோட சஷ்டியப்திக்கு. ரெண்டு வருஷம் இருக்கும். இதே வண்டிலதான்.” பூத்தொடுக்கும் அவளது விரல்களைப் பார்த்தபடியே சொன்னேன்.

“இங்கிருந்து ஏன் மாலை கட்டிட்டுப் போறீங்க?” காதுகளில் ஹெட்போனை மாட்டியபடி அவளருகில் அமர்ந்திருந்த இளம்பெண் மெல்லக் கேட்டாள்.

“பரவால்லே. நீயும் பேசிட்டே. என்னடா இந்தப் பொண்ணு திருச்சி வரக்குமே காதுல இதை மாட்டிட்டு எதையும் பேசாம வந்துருமோன்னு யோசனையாவே இருந்தேன். காலேஜ்ல வாசிக்கிறியா?”

“ஆமா ஆண்ட்டி. ஆர்.இ.சி.”

“என்னவோ கேட்டியே? எதுக்கு இதக் கட்டிண்டு இருக்கேன்னுதானே?” தலை திருப்பிப் பார்த்தபோது அவளது காதோரத்தில் பூனைமுடிகள் மினுத்தன.

“அதென்னவோ தெரிலடிம்மா. அவளுக்கு எங் கையால மாலை வாங்கிப் போட்டுக்கணும்னு அவ்ளோ ஆசைபோல. நா பேசாம இருந்தாலும் யார் வழியாவாச்சும் கேட்டு வாங்கிப் போட்டுக்கறா...” சொன்னபடியே நிமிர்ந்து என்னைப் பார்த்தவள் உதடுகள் மினுக்க புன்னகைத்தாள். “இப்பக் கூடப் பாருங்கோ. கனெக்டிக்கட்ல இருக்கற ஏகாம்பர மாமாவுக்காகத்தான் இதெல்லாம். ரெண்டு நா முன்னாடிதான் ஸ்கைப்ல கூப்ட்டார். வெள்ளிக்கிழமை அம்பாளுக்கு மாலை சாத்தணும்னு கேட்டார். இதோ, பொறப்ட்டு வந்துட்டேன். மாயவரத்துல எறங்கும்போது கட்டி முடிச்சுடுவேன்.”

அவள் சொல்வதை நம்பமுடியாததுபோல் ஆர்.இ.சி மாணவி விழியுயர்த்திப் பார்க்க நான் சாரதாவைப் பார்த்தேன். அவளது உதடுகள் ஒருநொடி சுழித்து மீண்டன.

“அவங்க திருக்கடையூர்ல யார்கிட்டயாச்சும் சொன்னா இன்னும் சுலபந்தானே?” ஆர்.இ.சி தலைமுடியை ஒதுக்கி இறுக்கினாள்.

“சமத்துடி நீ. நன்னா கேக்கறே. எனக்கும் அது ஏன்னு தெரியலை. ஆனா இந்த ரெண்டு வருஷமா இப்பிடி வந்து போயிட்டுத்தான் இருக்கேன். மாலை கட்டிப் போடறேன். அபிஷேகம் ஏற்பாடு செய்யறேன். பொடவை சாத்தறேன். யார் எப்பிடிக் கேக்கறாளோ அப்பிடி. கட்டளை அவளோடது. யார் வழியாவோ என்னைச் செய்ய வைக்கறா. திருக்கடையூர்னு இல்லை. காஞ்சிவரம் கொல்லூர் மதுரைன்னு எங்கயாச்சும் என்னை அலைய வெச்சுண்டேதான் இருப்பா. ஒருநா ஒருபொழுது அக்கடான்னு இருக்க விடமாட்டா.”

தொடுப்பதை நிறுத்திவிட்டு கூடையை ஏறிட்டாள். பூக்களை மெல்ல அளைந்து உதிர்த்தாள். மரிக்கொழுந்தை எடுத்து மடித்துத் தொடுத்தபடியே ஜன்னல் வழியாகப் பார்த்தாள் “ஈரோடு வந்துருக்கணுமே...” திருத்தமான வகிட்டு குங்குமம்.

கதவைத் திறந்துகொண்டு உள்ளே வந்தவர்களை அவள் பக்கமாய் திரும்பச் செய்தது பூ மணம். உள்ளே வரும் ஒவ்வொருவரையும் சிரித்த முகத்துடன் கவனித்தபடியே தொடர்ந்தாள் “அதென்னவோ என் கையால கட்டின மாலையைப் போட்டுண்டாதான் அவளுக்கு திருப்திபோல. இதோ கட்டி வெச்சிருக்கற இந்த மாலையை கொண்டுபோய் அப்பிடியே சாத்திர்லாம். உயரம் தெடம் எல்லாமே கச்சிதமா இருக்கும்.”

“நீங்க கோயமுத்தூரரா?” சாரதா கேட்டபோது ரயில் நகர்ந்தது.

“சொந்த ஊரான்னு கேட்டா, இல்லை. பொறந்தது பவானி அக்ரஹாரத்துல. அம்மா மொகம் தெரியாது. அப்பாதான் எல்லாம். எட்டு வரைக்கும் படிச்சேன். கோயமுத்தூர்ல அப்பாவோட சிநேகிதர் ஒத்தாசைக்கு வரச் சொன்னார். பாவாடை சட்டையோட வாசல்ல நின்ன என்னை அந்தாத்து மாமி கூப்பிட்டு மடியில வச்சுண்டா. அவாளோட சேர்ந்துதான் பூக்கட்ட ஆரம்பிச்சேன். கோலம்

போடவும் சமைக்கவும் கத்துண்டேன். அப்பறமா அப்பாவுக்கு ஒத்தாசையா பூசை ஹோமத்துக்கு ஏற்பாடு பண்றதுன்னு நாள் ஓடிப் போயிடுத்து. பத்தொம்பது வயசுல கல்யாணம். அதன் சொன்னேனே. வட நாட்டுக்கு டூரெல்லாம் அழைச்சிண்டு போறாளே, அதுல சமையல் வேலை அவருக்கு. வருஷத்துல பாதி நாள் ரயில்லயே ஓடிடும். என்னோட கூடப் பொறந்தவன் ஒருத்தன். திருநெவேலிப் பக்கமா எங்கியோ இருக்கான். எப்பவாச்சும் பாக்கும்போது மொகம் பாத்து பேசறதோட சரி." சொல்லி முடித்தபோது அவளது உதடுகளில் இழையோடியது புன்னகை.

யாரோ சிற்றுண்டிப் பொட்டலத்தைப் பிரித்திருக்கவேண்டும். சாம்பாரின் மணம் சுழன்றது.

"டிபன் ஆயிடுத்தா?" சாரதாவைப் பார்த்துக் கேட்டாள்.

"இனிமே தான். நீங்க?" பையிலிருந்து வாழையிலையில் மடித்த இட்லிப் பொட்டலங்களை எடுத்தாள்.

கூடாது என்பதுபோல சிரித்தபடியே தலையாட்டினாள்.

"விரதமா?"

"விரதந்தான். பச்சத் தண்ணிகூட பல்லுல படாத விரதம்" கணீரென்ற குரல் அவள் பின்னாலிருந்து கேட்டது. அவள் திரும்புவதற்குள் நடைவழியில் வந்து நின்றாள் அவள். தாட்டியமான உடல். கழுத்தை மறைத்த ஆரங்கள். ஜரிகைகள் மினுக்கும் அரக்கு பார்டருடனான பச்சைப் புடவை.

"நாராயணா நாராயணா... யாரிதுன்னு திரும்பறதுக்கு முன்னாடியே தெரிஞ்சுடுத்து ஒங்க குரல். நன்னா இருக்கேளா லலிதா மாமி?" விரல்கள் ஒருகணம் ஓய்ந்து மீண்டும் தொடுக்கலாயின.

"நீ எப்பிடி இருக்கே? இன்னிக்கு உன்னைப் பாக்கணும்னு நெனச்சுண்டே வந்தேன். கண்ணுல காட்டிட்டா அவ." நிறைந்த சிரிப்பில் அவள் முகம் இன்னும் சிவந்தது.

“மாயவரத்துல எறங்கி கோயில்ல போயி இதயெல்லாம் கொடுக்கற வரைக்கும் எதையும் சாப்பிடமாட்டா. குடிக்கமாட்டா. அவ்ளோ சுத்தம். அதனாலதான் அம்பாளுக்கு இவமேல இத்தனை இஷ்டம். உலகத்துல எங்க எங்கியோ இருக்கறவா எல்லாம் பிரார்த்தனையை நிறைவேத்த இவகிட்ட சொல்றா. யாருக்கு கிடைக்கும் இப்பிடி ஒரு கொடுப்பினை?” லலிதா பெட்டியிலிருந்த எல்லோருக்கும் அறிவிப்பதுபோல உரத்த குரலில் சொன்னாள்.

“செத்த சும்மா இருக்கறேளா? நீங்க சாப்ட்டேளா? ஈரோட்டுக்காரங்க சூடா ஆத்துல சாப்ட்டுட்டுதான் வந்துருப்பேள். பேத்தியைப் பாக்கத்தானே? சீரங்கம் போவேளா?”

“திருச்சி வரைக்கும் போயிட்டு சீரங்கம் போகாம எப்பிடி? ரங்கனுக்கும் என்னவாச்சும் வெச்சுருக்கியா?”

“ரங்கனுக்கு இல்லாமயா? வர்றச்சே திருச்சில எறங்கிப் போணும். ஒருநா தான். ஞாயித்துக் கெழமை காலம்பற வண்டில டிக்கெட் போட்ருக்கேன்.”

‘சாய்... சாய்... ஏலக்கா சாய்...” உரத்த குரலுடன் வேகமாய் வந்த நீலச் சீருடையாளன் லலிதா மாமியைக் கடந்துசெல்ல முடியாமல் தயங்கினான்.

“நல்லதாப் போச்சு. நானும் அதுலதான் வரேன். சித்த உக்கார்ரேன். கால் வலிக்குது” லலிதா நகர்ந்து போனவுடன் சாரதா இலையைப் பிரித்தாள். எதிரில் இருந்தவளை நிமிர்ந்து பார்த்தாள். சிரிப்பிலிருந்து மீண்டிருக்கவில்லை. கட்டி முடித்த சரத்தைப் பந்துபோல நிதானமாகச் சுற்றி கூடைக்குள் வைத்தவள் கொக்கியில் தொங்கிய பையை எடுத்தாள். சிறிய எவர்சில்வர் பாத்திரத்தை வெளியே எடுத்து மூடியைத் திறந்ததும் அவசரமாகப் பரவிற்று மல்லிகையின் மணம். இதழ் விரியத் தொடங்கிய மொக்குகள். இட்லியின் ருசியில் மல்லிகையின் வாசனை.

“ஆம்படையான் ஊர்லயா? டூர் போயிருக்காரா?” அவளுக்குப் பின்னாலிருந்து லலிதாவின் குரல் கேட்டது. .

சிவந்த உதடுகள் நெளிய புன்னகைத்தவள் திரும்பாமலே சொன்னாள் "ஊர்லதான் இருக்கார். அடுத்த வாரந்தான் காசிக்குப் போறார்." அதைச் சொல்லி முடித்தபோது முகத்தில் சன்னமாய் நிழல் படர்ந்து விலகிற்று.

கையைக் கழுவிவிட்டு வந்ததும் சாரதா என்னை ஜன்னலருகில் அமரச் செய்தாள். கண்களைமட்டும் உயர்த்திப் பார்த்தவள் உதடுகளில் மீண்டும் புன்னகை.

ஆர்.இ.சி பின்னால் திரும்பி லலிதாவிடம் சொன்னாள் "நீங்க வேணா இங்க வந்துருங்களேன்."

"நானே கேக்கலாம்னு பாத்தேன். தேங்க்ஸ்டி பொண்ணு" பச்சைப் புடவையை இழுத்துச் சரிசெய்தபடி முன்னால் வந்து மலர்ச்சியுடன் அமர்ந்தாள். பெருமூச்சுடன் கண் நிறைய அவளைப் பார்த்தவள் அங்கலாய்ப்புடன் சொன்னாள் "அப்பிடியே கன்னத்தைப் புடிச்சுக் கிள்ளணும்னு வருது. ஆனா, இப்ப உன்னைத் தொடப்படாதேன்னு பேசாம இருக்கேன்."

நிமிர்ந்து சிரித்தவளைப் பார்த்து மெதுவாகக் கேட்டாள் "நோக்கென்னடி வயது இப்ப?"

"எதுக்கு?"

"சும்மாதான். சொல்லு."

"ஆடி வந்தா முப்பத்தி எட்டு முடியறது."

"ஆனா உன்னப் பாத்தா அப்பிடியா இருக்கு?"

அவள் மடியில் சுருண்டிருந்த மல்லிகைச் சரத்தை விலக்கி அளவு பார்த்தாள். மீண்டும் மொக்குகளைப் பொறுக்கி அடுக்கலானாள்.

"உன் ஆத்துக்காரர் இன்னும் அப்பிடியேதான் இருக்காரா?" குரலை அடக்கியபடி அவள் கேட்டதும் சாரதா நிமிர்ந்தாள். காதுகளைத் தீட்டியபடி அவளது பதிலைக் கேட்கத் தயாரானாள்.

எம்.கோபாலகிருஷ்ணன் | 69

எதுவும் சொல்லாமல் அவள் வெறுமனே தலையாட்டினாள். மூக்குத்திச் சுடர் ஒருகணம் மின்னலிட்டு விலகியது.

“உங்கிட்ட என்னடி கொறை? நீயும் ஏன்தான் இப்பிடிப் பேசாம இருக்கியோ?” லலிதாமாமி கண்களை மூடிக்கொண்டாள்.

“நேக்கென்ன… நன்னாதானே இருக்கேன். இத பாருங்கோ, நெத்தி நெறையப் பொட்டு வெச்சிருக்கேன்.கழுத்துல தாலி. பொம்மனாட்டிக்கு வேற என்ன வேணும்?” அவள் விரல்கள் இன்னும் மொக்குகளை நிதானமாகப் பொறுக்கித் தொடுத்தபடியேதான் இருந்தன.

“ரொம்ப நன்னா இருக்கேடி. தாலியும் மெட்டியும் இருந்தா ஆச்சா? ஆம்படையானப் புடிச்சு வெச்சுக்க வேணாமா. ஆத்துக்கு வராரா இல்லியா?”

அவள் திரும்பி லலிதாவின் முகத்தைவ் கூர்ந்து பார்த்தாள். சிரித்தாள். “அம்பாளோட நான் இருக்கேன். அவர் அவளோட இருக்கார்.” மல்லிகைச் சரத்தை நிதானமாகச் சுருட்டிக் கூடைக்குள் வைத்தாள்.

“என்னவோ என்னை அவருக்குப் புடிக்கலை. அவகூட இருக்கார். அதுக்காக மொத்தமா விட்டுட்டும் போயிரலை. ஊர்ல இருக்கறச்சே அவர்தான் எல்லாத்தையும் பாத்துப் பாத்துச் செய்யறார். பூ மார்க்கெட் போறது, கோயில்களுக்குக் கூப்ட்டு ஏற்பாடு பண்றது, டிக்கெட் போடறதுன்னு எல்லாத்தையும் செஞ்சு தர்றார். அவர் வெளியூர் போற போதுங்கூட எல்லாத்துக்கும் சொல்லிட்டுத்தான் போறார். போன்ல கூப்பிட்டு சரியா நடக்கறதான்னு அக்கறையாப் பாத்துக்கறார். பாத்துப் பாத்துதான் செய்யறார். ஒரு கொறையும் வைக்கிறதில்லை. என்ன, ராத்தங்கறது மட்டும் அங்க அவளோட. ஆரம்பத்துல என்னவோ கஷ்டமாத்தான் இருந்தது. இப்பல்லாம் இருந்துட்டுப் போட்டுமேன்னுதான் தோணுறது.”

மீதியிருந்த பூக்களையும் மரிக்கொழுந்தையும் ஒதுக்கி வைத்தாள்.

“என்னடிம்மா நீ? பொழைக்கத் தெரியாம இருக்கியே.... தாயே மீனாட்சி...” முகவாட்டத்துடன் லலிதா தலைதூக்கி முணுமுணுத்தாள்.

கருப்பு கோட்டுடன் அருகில் வந்த டிக்கெட் பரிசோதகரைக் கண்டதும் அவள் முகம் மீண்டும் மலர்ந்தது “தேங்க்ஸ்ண்ணா. இந்த சீட்டை மாத்திக் குடுக்காட்டி சிரமந்தான்.”

தலையாட்டியபடியே அவர் நகரவும் மாமி மறுபடியும் கேட்டாள் “டூர் போம்போது அவளையும் கூட்டிண்டுதான் போறாரா?”

செவ்வரளி, மரிக்கொழுந்து, சாமந்தி எனக் கதம்பச் சரம் விறுவிறுவென அவள் விரல்களில் நீண்டது. “இதென்ன கேள்வி. இப்பவும் கூடவேதான் போறா. டூர் போறவாளுக்கு சமைச்சுப் போடப் போம்போதுதானே அவளப் பாத்தது. அலகாபாத், காசி, கயான்னு நாப்பது நாள் டூர் அது. அப்பதான் அந்த மகராசி என்னோட பூவைப் பங்குபோட்டு எடுத்துண்டா. பரவால்லே. அவர் சந்தோஷமா இருக்கார். இருக்கட்டும். அதுதானே முக்கியம்.”

செல்போன் ஒலிக்கும் சத்தம் கேட்டது. கூடையருகில் வைத்திருந்த கைப்பையிலிருந்து செல்போனை எடுத்தாள். “சொல்லுங்க மாமா. வண்டி இதா குளித்தலை தாண்டிடுத்து... அரை அவர்ல வந்துரும்... ஸ்டேஷனுக்கு வரேளா? ஏ.சி கோச்...” இணைப்பைத் துண்டித்தவள் லலிதாவைப் பார்த்துச் சிரித்தாள் “உறையூர்ல இருக்காரே சுந்தரம் மாமா அவர்தான். அவா பேரனோட ஆயுஷ்ய ஹோமத்துக்கு சொல்லிருந்தார்...”

“நோக்கொரு புள்ளைய குடுத்துருக்கப்படாதா அந்த மகமாயி...” லலிதா ஜன்னல் வழியாகப் பார்த்தாள். “காவிரிய கண்ணுல பாக்க முடியல. கரையத் தொட்டுண்டு ஓடும். அம்மா மண்டபத்துல ஸ்நானம் பண்ணியே வருஷம் பத்தாயிடுத்து.”

அவளும் திரும்பிப் பார்த்தாள். வெகுதூரம் அனலோடிக் கிடந்தது மணல் படுகை. நீலவானில் வெண்மேகங்கள். “வாட்டர்... வாட்டர்...” தோளில் தண்ணீர் பாட்டில்களை

சுமந்தபடி வந்தவன் அவளைக் கண்டு நின்றான் "மாமி நல்லா இருக்கா?"

"படவா. உனக்கு எத்தன தரம் சொல்லித் தரது? "நல்லா இருக்கா"ன்னு கேக்கப்படாது. "நல்லா இருக்கீங்களா"ன்னு கேக்கணும். இன்னிக்கு என்ன தண்ணி பாட்டலைத் தூக்கிட்டே?"

பதில் சொல்லாமல் சிரித்தவனின் பற்களில் வெற்றிலைக் கறை பளிச்சிட்டது. "சீமா பேட்டிக்கு நீங்க குடுத்த டிரஸ் நல்லா இருக்குன்னு போன்ல மம்தா சொன்னா."

"இருக்கட்டும். சீக்கிரமா ஊருக்கு போயி பொண்ணு மொகத்தப் பாரு. அஞ்சு மாசம் முடிஞ்சிருச்சில்ல. பாவம்."

அவன் தலையாட்டியபடியே சுமையைத் தூக்கிக்கொண்டு நகர்ந்தான்.

காவிரியின் மறுகரையில் ராஜகோபுரம் தென்பட்டது. அவள் குனிந்து பார்த்து கன்னத்தில் போட்டுக்கொண்டாள்.

லலிதா பெருமூச்சுவிட்டபடியே எழுந்தாள். "என்னவோ போ. நீயும் இப்பிடி பாத்துப் பாத்துதான் செய்யறே. அதுக்கெல்லாம் பலனில்லாமியா போயிரும். சரி. ஞாயித்துக் கெழமை பாக்கலாம்."

"இந்தாங்க மாமி" ஒரு முழ மல்லிகைச் சரத்தை நீட்டினாள்.

வாங்கிக் கண்ணில் ஒற்றிக்கொண்டவள் தலையில் செருகினாள். வண்டி குலுங்கலுடன் நின்றது. இ.ஆர்.சியும் தலையாட்டிவிட்டு நகர்ந்தாள். எழுந்து வெளியே வந்தேன். அனல்காற்று முகத்தில் மோதியது. கையிடுக்கில் கருப்புத் தோல்பையும் ஏந்திப் பிடித்த மயில்கண் வேட்டியுமாய் வந்தவர் அவசரமாய் உள்ளே ஏறினார்.

சூடான காபி கோப்பையுடன் திரும்பி வந்தபோது மயில்கண் வேட்டி அவளருகில் அமர்ந்திருந்தார்.

"நான் சொன்னேனே, இவர்தான். உறையூர் மாமா. இவா ரெண்டுபேரும் கும்மோணம் போறா."

வழுக்கைத் தலையில் இன்னும் வேர்வையின் மிச்சம். நீண்ட நாசியின் நுனியில் தொற்றி நின்ற கண்ணாடியை மேலேற்றியவர் கைப்பையைத் திறந்து பழுப்பு உறையை எடுத்தார். “இதுல ஆறாயிரம் இருக்கு. மிச்சத்தை ஞாயித்துக்கிழமை வாங்கிக்க. எந்தக் குறையும் இருக்கப்படாது. பிரசாதத்தை ஃபிளைட்ல அனுப்பிச்சிட்டா போறும்.”

“கவலப்படாதீங்கோ. அதுபாட்டுக்கு கச்சிதமா நடக்கும். நீங்க வாயக் கட்டணும். கேக்கறக்கு ஆள் இல்லேன்னு பாதாம் அல்வாவையும் ரவா தோசையையும் தின்னா என்னத்துக்கு ஆகும்? ஒடம்பப் பாத்துக்கோங்க” சிரித்தபடியே பழுப்பு உறையைப் பையில் பத்திரப்படுத்தினாள்.

மயில்கண் மாமா எழுந்துகொண்டார். மறுபடியும் பையைத் திறந்து எதையோ தேடினார். “சரி. நீ ஜாக்ரதையா போயிட்டு வா. போன் பண்ணு.” வேட்டிநுனியை ஏந்தியபடி விறுவிறுவென நடந்தார்.

கதவைத் திறந்துகொண்டு அவர் வெளியே மறைந்ததும் செல்போனை எடுத்தாள். நிதானமாக நகர்த்தி குறிப்பிட்ட எண்ணை அழைத்தாள்.

“டேய் கடங்காரா... நாந்தான்டா. கேக்கறதா?... அரைமணி நேரத்துல வந்துடும். என்னால எறங்க முடியாது பாத்துக்கோ. டயத்துல வந்து வாங்கிக்க. இத சேக்கலேன்னா அந்த சமயபுரத்துக்காரி என்னை உண்டு இல்லேன்னு பண்ணிடுவா. படவா ஒழுங்கா வந்து சேரு... ஆமாண்டா. ஏசி கோச்சுதான். எத்தன தரம் சொல்றது? வந்து சேரு.”

ஒரு முழ அளவிலான மல்லிகைச் சரத்தை கூடையிலிருந்து எடுத்து சாரதாவிடம் நீட்டினாள் “நீங்க வெச்சுக்கோங்க.”

சாரதா எதுவும் சொல்லாமல் வாங்கித் தலையில் செருகினாள். “சமயபுரத்துக்கும் போகணுமா நீங்க?”

“போணும்தான். ஆனா நாழியாயிடும். சிங்கப்பூர்லேர்ந்து ஓர்த்தர் பச்சைப்பட்டு சாத்தச் சொல்லிருக்கார். அதை சேத்தர்லாம்னு தெரிஞ்சவாளை வரச் சொல்லிருக்கேன்.

குடுத்துட்டா நிம்மதியா இருக்கும். அவகிட்ட கடன் வெச்சுக்கப் படாதில்லை."

வண்டி நகர்ந்தவுடன் கூடையிலிருந்த பூப்பந்துகளை ஒழுங்குபடுத்தினாள். இலையில் சுற்றிய மாலைகளை சரிபார்த்து ஒதுக்கினாள். வலதுகாலை மடித்துப் போட்டு நிமிர்ந்தவள் சாரதாவிடம் சொன்னாள் "லலிதாமாமி அப்பிடித்தான். எல்லாத்தையும் திரும்பத் திரும்ப கேப்பாங்க. நெறையத் தரம் சொல்லியாச்சு. ஆனாலும் புதுசா கேப்பாங்க. அம்பாள் தலையில என்ன எழுதிருக்காளோ அதானே நடக்கும். அவகிட்ட போய் நாம போட்டி போட முடியுமா?"

சாரதா என்ன பதில் சொல்லப்போகிறாள் என்று காத்திருந்தேன். எதுவும் சொல்லவில்லை. புடவையில் ஒட்டியிருந்த அரளி இதழை கையில் எடுத்துப் பார்த்தவள் காற்றில் அதைச் சுண்டியபடியே சொன்னாள் "அவளுக்கு என்னை அழ வெச்சு பாக்கறதுல என்னவோ ஒரு சந்தோஷம். இப்பிடித்தான் நான் இருக்கணும்னு முடிவு பண்ணிட்டா. என்ன பண்ண முடியும். இருந்துர்லாம். இதுல என்ன இருக்கு?"

சாரதா தலையைக் குனிந்தபடி கண்களைத் துடைப்பது தெரிந்தது.

"இருங்கோ. நான் எதுக்கும் வாசல்ல போய் நிக்கறேன். வண்டி இங்க ரொம்ப நாழி நிக்காது." மேலிருந்து துணிப்பையை எடுத்துக்கொண்டு எழுந்து நடந்தாள்.

பெரியகோயில் கோபுரம் மரங்களுக்கு நடுவே தெரிந்தது. அபாரமான வெயில். வளை முகடுகளுடனான நிறம் மங்கிய கட்டடத்தை ஒட்டி அமைந்த மரப்படிகளுக்குக் கீழே கை நிறைய வளையல்களுடன் ஒருத்தி காலை நீட்டி உட்கார்ந்திருந்தாள். வகிட்டுக் குங்குமம் வேர்வையில் கரைந்து வழியும் களையான முகம். சூல்கொண்ட பேரழகு. அவளருகில் நின்றிருந்த சிறுமிக்கு மூன்று வயதிருக்கலாம். மேடிட்ட வயிற்றை மெல்லத் தொட்டு என்னவோ கேட்டாள். அம்மா அவள் கன்னத்தைத் தொட்டு ஏதோ சொல்லவும் சிறுமி இன்னும் நெருங்கி வந்து அவள் கன்னத்தில் முத்தமிட்டாள்.

மணியொலித்து வண்டி நகர்ந்தது. சாரதா கதவுப் பக்கமாகவே பார்த்திருந்தாள். சில நிமிடங்களுக்குப் பிறகு மூச்சிரைக்க அவள் வந்தாள். கழுத்து வேர்வையைத் துடைத்தபடி அமர்ந்தவள் கண்களை மூடிக்கொண்டு பிரார்த்தித்தாள். என்னவென்று கேட்பதற்குள் செல்போன் ஒலித்தது.

"கடங்காரா... ஏன்டா இப்பிடிப் படுத்தறே? வர முடியலேன்னா சொல்லப்படாதா? ஆமா, இப்ப வண்டி மாயவரத்துக்கு போனப்பறம் வா. என்ன பண்ணினேனா? உனக்கு மட்டும் ரயில் தனியா வருமாடா? உன் தலை. படியேறி மேல வரும்போது டீக்கடை இருக்கில்லை. ஆமா... அதான். ரெண்டாவது பிளாட்பாரத்துலதான்டா. அங்க பையைக் குடுத்துருக்கேன்டா. ஆமா. ஒரு பச்சைப் புடவை. ஒரு மாலை. நூத்தியொரு ரூபா காணிக்கை. வந்து வாங்கிண்டு போயி கையோட சித்த குடுத்துடு. மறந்துடாதே. அப்பறம் அவ என்னைய போட்டு நொக்குவாடா."

போனை வைத்துவிட்டு நிமிர்ந்தாள். சாரதா அவளைக் கவலையுடன் பார்த்திருந்தாள். "நீங்க சொல்ற அவர் வர்லேன்னா?"

அவள் முதுகை நிமிர்த்தி அமர்ந்தாள் "இத பாருங்கோ. அவளுக்கு வேணும்னுதான் இது வரைக்கும் சொமந்துட்டு வந்தேன். எறக்கியும் வெச்சுட்டேன். இனி அவ பாடு. அவளுக்கு வேணும்னா வாங்கிப்பா. இல்லேன்னா என்னால என்ன பண்ண முடியும்?" விட்டேத்தியாக அவள் பேசியதை நம்ப முடியாதவளாய் பார்த்திருந்தாள் சாரதா.

ஒருநொடிப் பொழுது யோசித்தவள் திரும்பவும் சொன்னாள் "அப்பிடியெல்லாம் விட்றமாட்டா. அவனை அனுப்பி வாங்கிப்பா."

வெடித்துக் கிடந்த வயல்வெளிகளின் நடுவே பழுத்த மூங்கில் புதர்கள். அங்கங்கே முளைத்தெழுந்த குடியிருப்புகள். துளசிமாலை கட்டியபடியே அவள் சொன்னாள் "கண்ணுல பாக்க முடியலை. எங்க பாத்தாலும் பச்சை பசேல்னு இருக்கும். கண்ணாடி மாதிரி தண்ணி நிக்கும். ம்..." பெருமூச்சுடன் தலைதிருப்பினாள்.

கண்களை மூடிச் சாய்ந்தாள். காலையில் கண்டதுபோல அதே சிரிப்பும் வனப்புமான முகம். சிறிதும் களைப்பில்லை. சோர்வில்லை. ஆழ்ந்த யோசனைபோல் கண்கள் அசைந்தன. உதடுகள் சுலோகத்தை முணுமுணுத்திருந்தன. ஏதோ நினைவு வந்ததுபோல் சட்டென்று கண்களைத் திறந்து வெளியே பார்த்தாள். செல்போனை எடுத்தாள்.

"மாமா… நான்தான். வண்டி கும்மோணம் வந்துடுத்து. தப்பா நெனக்காதீங்கோ. நா இங்கியே எறங்கறேன். ஒரு காரியம் இருக்கு. நீங்க ஆள் யாரையாச்சும் அனுப்பி மாலையை எடுத்துக்க முடியுமா? நான் சாயங்காலம் வந்தர்றேன். சரி மாமா. ரொம்ப தேங்க்ஸ் மாமா…"

மாலைகளையும் கூடையையும் ஒதுக்கி வைத்தாள். துணிப்பையை மட்டும் எடுத்துக்கொண்டாள். "நானும் இங்கதான் எறங்கறேன். வாங்கோ" என்று முன்னால் நடந்தாள்.

இருவரும் இறங்குவதற்காகக் காத்திருந்தாள். சாரதா பையை எடுத்துக்கொண்டதும் கேட்டாள் "மாயவரத்துல தான எறங்கணும். இங்கியே எறங்கிட்டீங்க."

"திடீர்னு என்னவோ ஒரு நெனப்பு. கருகாவூர்ல போயி கர்ப்பரட்சாம்பிகையைப் பாக்கணும்னு தோணிடுத்து. அவ புள்ளையாண்டிருக்கா. நல்லபடியா பெத்துப் போடணும்னு அம்பாள் காதுல சொல்லிட்டா தேவலைன்னு பட்டுது. நெய்விளக்குப் போட்டுட்டு பிரசவத்துக்கு எண்ணெயை வாங்கிட்டு போலாம்னு பாக்கறேன். அதான் எறங்கிட்டேன். நேக்குதான் வயிறு தெறக்கலை. அவளுக்கு வாய்ச்சிருக்கு. சுகப்பிரசவமா அமையணும். யார் பெத்தா என்ன?"

பதிலை எதிர்பார்க்காமல் பையைத் தோளில் போட்டபடி விறுவிறுவென நடக்கலானாள். கண் கலங்க நின்றிருந்த சாரதா தலையிலிருந்த மல்லிகைச் சரத்தைத் தொட்டுப் பார்த்தாள் "என்ன மனுஷி இவ!"

வாசலுக்கு வந்து நின்றபோது வட்டமிட்டுத் திரும்பிய ஆட்டோவிலிருந்து அவள் கையசைத்தாள்.

பதிலுக்கு கையசைத்தபடியே சாரதா சொன்னாள் "என்ன பேர்னுகூட கேட்டுக்கலை."

"அதான் சொன்னாளே?" என்றபடியே நடந்தேன் நான்.

அவள் எப்போது என்ன பெயர் சொன்னாள் என்று சாரதா கேட்கவுமில்லை, நான் சொல்லவுமில்லை.

(ஆனந்த விகடன், தீபாவளி மலர் 2018)

6
கஜாரிகா

1

பௌர்ணமி நிலவின் ஒளியில் தடாகம் குளித்துக் கிடந்தது. நீரிலும் கரையிலுமாய் திளைத்திருந்த அவ்விருவரையும் ஆதியாசகனின் கண்கள் இமைக்காது கவனித்திருந்தன. உடல்கள் பொருந்தி உரசும் வேளைகளில் அவர்களின் முகத்தில் பூக்கும் பரவசத் தாமரைகளை அக்கறையுடன் கவனித்துக் கொண்டிருந்தான். அந்த ஆலிங்கன வேளையில் குளத்து நீரின் அலைகள் பொங்கி வழிந்ததையும் தீக் கொன்றைகள் அவசரமாய் அவிழ்ந்து மணம் கொட்டியதையும் இணைப் பறவைகள் தத்தளித்துத் திரிந்ததையும் அவன் கண்டுகொள்ளவில்லை. அவை எவையும் அவனுக்கு முக்கியமற்றவை. அவனுக்குத் தேவை அவர்களின் முகச்சாயல்களே. போகத்தின் சிகரத்தில் ததும்பும் மோனச்சாயல்களை நாளை தன் உளிகளுக்குத் துளித் துளியாய் புகட்டப்போகிறான். காமரசம் பருகித் திளைக்கும் கற்பனையில் உயிர்க்கும் உளிகள் மெல்ல களிகொண்டு நீலம் பூத்து தம் கூர் நாக்குகளால் கற்களைத் தீண்டி வடிக்கப்போகின்றன. இதோ இவ்வேளையில் ததும்பும் தசைகளின் இசைவேளையைத் தொட்டுணர்ந்த துடிப்பு மட்டுமே உளிகளின் சன்ன அசைவுகளையும் தீர்மானித்துவிடும். நந்தவனத்தின் இலைச் சருகுகள் கால்களுக்குக் கீழே மிதிபடும்

ஓசையை செவியுறாத கவனத்துடன் இருளில் பதுங்கிக் குளக்கரையையே பார்த்திருக்கிறான். நாளை சிற்பங்களாகும் ரகசியம் அறியாது அவ்விருவரின் உடல்களும் யாருமற்ற வெளியில் முயங்கிக் கிடந்தன.

2

இருள் முற்றாகப் பிரிந்திராத அந்த அதிகாலையிலேயே புழுக்கம் தாங்க முடியாததாய் இருந்தது. புறங்கழுத்தின் வேர்வையைத் துடைத்தபடி கூடாரத்திலிருந்து வெளியே வந்து நின்றான் அவன். புலர்வானத்தின் நிறங்களைக் கண்டதும் உற்சாகமாயிருந்தது. நேற்றைய நீர்வழிப் பயணத்தின் களைப்பும் எரிச்சலும் வடியத் தொடங்கியது. கர்ணவதிக்கு இப்படியொரு முகம் இருக்குமென்று அவன் சற்றும் உத்தேசித்திருக்கவில்லை. படகுப் பயணம் தொடங்கிய சற்று நேரத்திலேயே நதியினூடே எதிர்ப்பட்ட பெருமரங்களின் வரிசைகள் கர்ணவனத்தின் செறிவை உணர்த்தி நின்றன. நிலவொளி பிரகாசிக்கத் தொடங்கியபோது அந்த வனம் அவர்களை மூடிக்கொண்டது. அகன்ற ஆற்றுப் பரப்பெங்கும் கிளை கோர்த்து நின்ற மரங்களினூடே படகுகள் மெல்ல அசைந்தன. நீர்வழியை மறித்து நின்ற அடி மரங்களின் மீது அவை உரசும்போதெல்லாம் கிளைகளிலிருந்து கலைந்த பறவைக் கூட்டங்களின் இரைச்சல் அச்சமூட்டியது. நிலவின் ஒளிக் கிரணம் ஒன்றுகூடவா இந்த மரங்களின் இலைக் கூரையை ஊடுருவ முடியாது போயிற்று? அவனுக்கு வியப்பாயிருந்தது. படகுகளின் திரிவிளக்குகள் காற்றில் அசைந்து மரச் செறிவுகளினூடே திகைத்தன. நீரில் பரவிய மஞ்சள் வெளிச்சம் படகுகளின் அசைவில் கலைந்தோடியது. வீரர்களின் குதூகலமற்ற முகங்களை இருள் மூடியிருக்க அவர்களது மௌனம் நதியின் சலசலப்பினூடே கலவரம் கொண்டிருந்தது. இதுபோன்ற பயணங்களின்போது எப்போதும் உற்சாகத்துடன் பாடித் திளைத்திடும் அவர்களை வாய்மூடச் செய்திருந்த காட்டின் பிடி மேலும் வலுப்பெற்றபடியிருக்க அவன் தவறவிட்ட பாதையைக் கண்டடையும் முனைப்பிலிருந்தான். இன்றைய பொழுது விடியாமலே போய்விடுமோ என்ற கேள்வியுடன்

இருள் நீண்டுகொண்டேயிருந்தது. பின்னிரவில் அனைவரும் மனம் சோர்ந்திருந்த வேளையில் கர்ணவதி தயவுடன் வழிவிட்டதுபோல அந்தக் கரைப்பரப்பு தட்டுப்பட்டது. பேரபாயத்தின் பிடியிலிருந்து மீண்டுவிட்ட களிப்புடன் வீரர்கள் அனைவரும் கூடாரங்களைக் கட்டிக்கொண்டு உறங்கச் சென்றபோது பொழுது விடியத் தொடங்கியிருந்தது.

கர்ணவதியின் மூர்க்கங்களை வியந்தபடியே அவன் வெகு தூரம் வந்துவிட்டிருந்தான். வெயில் ஆவேசத்துடன் இறங்கியிருந்தது. தாவரங்களின் பசுமைகூடிய அந்தப் பாதை இன்னும் நீளும் போலிருந்தது. "கஜாரிகா" வாய்விட்டு அந்தப் பெயரை ஒரு முறை சொல்லிப் பார்த்தான். மெய்க்காவலன் அதனை "கஜூராஹோ" என்று உச்சரித்தது நினைவுக்கு வந்தது. மரணபயத்தை வெகு நெருக்கத்தில் நுகரவைத்துவிட்டு பதுங்கியிருக்கும் கஜாரிகா. ஒவ்வொரு முறை உச்சரிக்கும்போதும் அந்தப் பெயர் நாவிலசைந்து தித்தித்தது. காற்றைச் சுழற்றி சப்தமெழுப்பியபடி நின்றிருந்த பேரீச்ச மரங்களினூடே விரிந்த அந்தப் பாதையில் நடக்கத் தொடங்கினான்.

3

ஹேமவதியின் தலைமாட்டில் இருந்த விளக்கின் ஒளி நடுங்கி நின்றது. மந்தமான துடிப்புடன் குழையும் அவள் கைகளை இறுகப் பற்றியபடி முகம் பார்த்திருந்தான் சந்திரவர்மன். துயரம் வடியும் அவளது முகம் அவனுக்குப் பழகிப் போன ஒன்றுதான். முலைப்பால் சப்பி முகம் பார்த்த பருவத்திலிருந்து அவளது முகத்தின் துயர நிறத்தை அவன் அறிவான். சாண்டில்ய வம்சத்தின் பாரம்பரியத் தலைநகரான களஞ்சிராவை மீட்டுவிட்ட பெருமிதத்துடன் சற்று முன்பு கஜாரிகாவின் பொன்னீச்ச மரங்களாலான தோரண வாயிலில் நுழைந்த வேளையில் கொண்டிருந்த செருக்கைத் தொலைத்துவிட்ட சோர்வுடன் படுக்கையில் அமர்ந்திருந்தான். ஒவ்வொரு வெற்றிக்குப் பின்னும் இது போலாகிவிடுகிறது. ஹேமவதியின் கண்கள் அவன் வெற்றித் திலகத்தையே வெறித்திருந்தன. கர்ணவதி நதிக்கரையில் அவனை மடியில் கிடத்தியபடி உடல்

குறுகி அமர்ந்திருந்த பொழுதுகள் நினைவிலோடின. அவன் படை வென்று திரும்பும் ஒவ்வொரு முறையும் அவள் மட்டுமே அறிந்த ரகசிய இரவின் சாபங்கள் வெறிகொண்டு அவளை வீழ்த்திவிடுகின்றன. பிருஹஸ்பதியின் ஜாதகக் குறிப்புகள் அவனது தீட்சண்யங்களைச் சுட்டியிருப்பதை அவள் அறிவாள். ஆனால் அவனது கீர்த்திகள் எதுவும் அவளை உச்சி குளிர வைத்ததில்லை. மாறாக அவனது வலிமைகளைக் கண்டு அவள் அஞ்சினாள். வெல்லப் பிறந்தவன் இவன் என்றறிவாள். அதுவேதான் அவள் துயரமும். பௌர்ணமி இரவுகளில் நிலவொளி மெல்ல இறங்கி அறையில் நிறையும். குளிர்ந்த காற்றினூடாகவே திடம் பெற்றுக் கசியும் தீக்கொன்றைகளின் நறுமணம் சருகெனக் காய்ந்த அவளது உடலைத் தழுவிச் சுழலும். விளக்குகள் எவையும் ஏற்றப்பட்டிருக்காத அறையினுள் பரவும ஒளி மணத்தில் ஹேமவதி கரையத் தொடங்கும்போது சபிக்கப்பட்ட அந்த இரவின் நிழலும் நுழைந்துவிடும்.

மறுபடியும் அந்தத் துயர நிறம் முகத்திலேறிவிட உடல் கொதிக்கத் தொடங்கிவிடும். துயரத்தை வாரியிறைத்த அன்றிரவும் ஒரு பௌர்ணமிதான். அன்று அவள் வெகு சீக்கிரமே தூங்கிவிட்டாள். ஏதோவொரு கணத்தில் உடல் விழித்துக்கொண்டது. உடலின் ஏதோவொரு முடிச்சில் மெல்ல விடுபட்ட அந்தப் பரபரப்பு மொத்த உடலையும் ஆக்கிரமித்துக்கொண்டது. சாளரத்தின் வழியே வழிந்த நிலவின் ஒளி வெம்மையில் உடல் கூசியது. கொடியில் உலர்த்தியிருந்த சீலை ஒளியில் நனைந்து மெல்ல அசைந்துகொண்டிருப்பதை கவனமின்றிப் பார்த்தாள். முன்னெப்போதோ ஒரு இரவுப் பொழுதில் அவன் விரல்கள் ஊர்ந்த வேளையில் அதிர்ந்த உடலின் நினைவுகள் கிளர்ந்து கொண்டன. கண்ணீர் உருண்டு மார்பில் சிதறியது. கொடியிலிருந்த சீலையைத் தோளில் போட்டுக்கொண்டு வெளியே வந்தாள். சீராட்டிய பௌர்ணமி வெளிச்சத்தில் தடாகம் கொந்தளித்துக் கிடந்தது. நீரின் குளிர்ச்சியை அளப்பவள்போல படிகளில் தயங்கி நின்றாள். ஈச்ச மரங்களின் மீது சலசலத்த காற்றின் தொடுவோட்டத்தில் நீர்ப்பரப்பு மெல்லிய அலைகளுடன் தெளிந்திருந்தது. நந்தவனத்து மலர்களின் வாசனை உடலின் துடிப்புகளைத் தீவிரப்படுத்தியது. தடாகத்தினுள் மெல்ல இறங்கினாள்.

குளத்து நீர் வெதுவெதுப்புடன் அவளை நனைத்தது. உச்சி வானில் திரண்டிருந்த நிலவை வெறித்தபடியே நீரில் மூழ்கி நீந்தத் தொடங்கினாள். அவயங்கள் அனைத்தும் நீரின் தாள ஒத்தடத்தில் கனிந்திறுகின. விரிந்த தடாகத்தின் நீர்வெளி மொத்தமும் அவளது உடலின் கொண்டாட்டமாய்த் தளும்பி அசைந்தது.

பரல் மீன் கூட்டங்களை விளையாடித் துரத்திவிட்டுத் திரும்பி மேலே வந்தவள். அந்தக் கண்களை உணர்ந்தாள். படித்துறையில் துளைக்கும் பார்வையுடன் நிலவு வீற்றிருந்தான். அவனது பார்வை நீருள் பாய்ந்த தீச்சரமாய் அவளைத் தழுவி வியந்திருந்தது. அவளது நீராடலை வெகு நேரமாய் ரசித்திருந்ததன் பரவச வெண்மை படித்துறையெங்கும் வழிந்திருந்தது. அவனை வேண்டி அழைக்கும் அசைவுகளுடன் அவளது உடல் மிதந்து நெருங்கியது. மனம் உடனடியாய் அங்கிருந்து விலகியோடவே நினைத்தது. அவளது உடல் அவளைச் சற்றும் பொருட்படுத்தாது நிலவை அணைத்திடக் காத்திருந்தது. நிலவு குளத்தில் இறங்கிய கணம் நாற்கரைகளின் கண்களும் விழித்துக் கொண்டன. நீரின் நடுவே அவனது தொடுகையை வேண்டிக் காத்திருந்த அவளின் கண்களை முத்தமிட்டு நிலவு அவளைத் தழுவியபோது தடாகம் கொதிக்கத் தொடங்கியது.

வேண்டாத நினைவுகளின் வலி ஹேமாவை நடுங்கச் செய்தது. புரண்டு படுத்தாள். அன்றைய நாள் விடைபெறும் பொழுதில் நிலவின் மடியில் கிடந்திருந்த வேளையை மட்டுமே பொத்தி வைத்துக்கொள்ள மனம் பதறியது. தடாகத்தின் நகைப்பொலிதான் களைப்புற்றுக் கிடந்தவளை உசுப்பி எழுப்பியது. கைகொட்டிச் சிரித்த காற்று வெளியினூடே நாற்புறக் கரைகளும் இரவின் இரகசியங்களை முரசறைந்து குதூகலித்தன. இன்றும் அந்த விசித்திர நகைப்பொலி அவளை கூசிடச் செய்கிறது. ராஜமகிஷியாக களஞ்சிராவுக்கு புறப்படும் காலம் வரையிலும் நினோதரா குளத்தின் பக்கம் தலைகாட்டாமலே இருந்தாள். மறக்க நினைத்த அன்றைய இரவின் அழியா சாட்சியாகி சந்திரவர்மன் அவள் மடியில் தவழத் தொடங்கியதும், இரவின் சாபங்கள் அவளைத் தின்று கொழுக்கத் தொடங்கிவிட்டன.

அவளது வாடிய முகத்தை அனுதினமும் பார்த்து நிற்கும் சந்திரவர்மனின் இருள் கப்பிய முகம் ஹேமவதிக்கு மேலும் துயரம் தந்தது. அவளை ஸ்வஸ்திக்கிற எதுவொன்றும் இப்புவியில் இருக்குமென்றால் அதைக் காலடியில் கொண்டு வந்து கொட்டிவிடத் தயாராய் தவிக்கிறான். மகனிடம் வாய் திறந்து சொல்லி அழவா முடியும்? தீராத ரோகத்திற்கு ஆதியாசகன் சொன்ன மருந்து பெரும் ஆறுதலாயிருந்தது. எங்கிருந்து இவனைக் கொணர்ந்தான் சந்திரவர்மன்? ஆதியாசகனுக்குத் தனது பூர்விகங்கள் தெரிந்திருக்க வாய்ப்புள்ளதென்று நம்பினாள் ஹேமவதி. யாருமற்ற தனிமையில் அவளைத் தீர்க்கமாய்ப் பரிசோதித்த வேளையில் எவரிடமும் இதுவரை பகிரத் தோன்றாத மனக்கசப்பைக் கொட்டிவிட முடிந்தது. நினோதராவின் கறை படிந்த படித்துறைகளில் உயிர் கூசிக் கிடப்பதைக் கண்ணீர் பெருக்கினூடே கரைத்தவுடன் நற்கதி வாய்க்குமென்ற நம்பிக்கை வந்துவிட்டது. ஆதியாசகன் சொன்ன பரிகார உத்தி நினோதராவின் கண்களைக் கட்டிவிடும். அதன் நாற்கரைகளும் நினைத்து நினைத்துச் சிரிக்கும் ஆலிங்கன வேளையைப் பகுத்தெறிந்துவிடும். துயரத்தின் முதல் திரை கழன்ற அவளது முகத்தைப் பார்த்ததும் சந்திரவர்மன் விம்மியழத் தொடங்கினான்.

ஆதியாசகனின் பாந்திய யாகம் முதல் ஜாமத்திலேயே ஆரம்பித்திருந்தது. யாக மந்திரங்கள் ஒவ்வொன்றையும் பருகி நிறைபவளாய் ஹேமவதி மஞ்சத்தில் சாய்ந்திருந்தாள். நினோதரா மூச்சடங்கிக் கிடந்தது. இதுகாறும் சுமந்திருந்த மும்மடங்கு முதுமையின் சுமையை இறக்கி வைத்துவிட்ட ஆசுவாசத்துடன் இருந்த ஹேமவதிக்கு நினோதராவின் கரைகள் அச்சமூட்டவில்லை. தடாகத்தைச் சுற்றி எழுப்பப்பட்டிருந்த கற்கோயில்களின் வரிசை பெருநெருப்பின் தழல் நாக்குகள் போல் நின்றிருந்தன. அக்கோயில்களின் கோபுரங்களெங்கும் உடல்களின் கொண்டாட்டங்களை உற்சவமாக்கி நின்ற பாந்தியச் சிற்பங்கள் நினோதராவின் கண்களை அவியச் செய்திருந்தன. ஆதியாசகனின் உளிகளில் உருக்கொண்டுவிட்ட ஆலிங்கன வேளையின் அற்புதங்கள் முந்தைய பௌர்ணமிக் காட்சிகளை மறதியில் புதைத்துவிட நினோதராவின் நீர்ப்பரப்பும் கரைகளும் கட்டுண்டு கிடந்தன. நீர்வெளியின் ஆயிரமாயிரம்

கண்களும் ஒளி துறந்து மூழ்கிவிட்ட பின்பு தடாகம் மௌனமாய் இறுகியிருந்ததைப் பார்த்ததும் ஹேமவதி சாந்தம் கொண்டாள்.

சந்திரவர்மனின் உள்ளங்கைகளைக் கன்னத்தில் பொத்திக் கொண்டு கண்களை மூடியபோது அன்றைய தினத்தின் முதல் தீக்கொன்றை மெல்லிய ஓசையுடன் நினோதராவின் அசைவற்ற நீர்ப்பரப்பில் உதிர்ந்து விழுந்தது.

4

கெண்டைக்கால் தசையில் அப்பிக்கிடந்த அட்டை மெல்ல உப்பிக் கொண்டிருந்தது. மெய்க்காவலன் நெருப்பைக் கொண்டுவந்தான். அட்டையின் மினுங்கிய முதுகுப்பரப்பில் நெருப்பை அழுத்தியதும் தசையை விடுத்து உதிர்ந்தது. கடிவாயில் ரத்தம் கசியத் தொடங்கியது. அட்டையின் மீது தழலை அழுத்தியபடியே மூலிகைச் சாற்றை நனைத்திருந்த துணியொன்றைக் காலில் கட்டிக் கொண்டிருந்த மெய்க்காவலனைப் பார்த்துச் சிரித்தான்.

“வெகு தூரம் போய்விட்டீர்களா? என்னை அழைத்திருக் கலாமே?” கேட்டவனது முகம் மருதாணிச் சாந்திட்டதுபோல சிவந்திருந்தது.

“அள்ளிக்கொள்ள பெருஞ்செல்வம் கொட்டிக் கிடப்பதாய் வந்தோமே... உன் கஜுராஹோவில். எங்கே கிடக்கிறதென்று பார்த்து வரப் போனேன்.” அவனது குரலில் இருந்த உற்சாகம் மெய்க்காவலனை ஈர்த்தது. “எனக்கொன்றும் நம்பிக்கை இல்லை. இந்த அட்டைக்கு உதிரம் தந்ததுதான் மிச்சம்.”

மெய்க்காவலன் மெல்லச் சிரித்தான். தலைப்பாகையை இறுக்கிக்கொண்டு நகர்ந்து வெளியேறினான். கால் தசையில் வலி கூடியிருப்பது போலுணர்ந்தான். எங்கிருந்தோ ஒரு பெரும் கரகோஷத்தின் தேய்ந்த ஒலியைக் கேட்க முடிந்தது. விடிந்ததும் வீரர்கள் உற்சாகம் கொண்டிருக்கவேண்டும். உத்தரவுக்காகக் காத்திருக்காமல் நேற்றைய உடல் தினவைத் தீர்த்துக் கொண்டிருக்கிறார்கள்போலும். வெண்பட்டுத் துகில்

போர்த்திய தாம்பளம் ஒன்றை ஏந்தி வந்தான் மெய்க்காவலன். "நீங்கள் தேடிச் சென்ற பெருஞ்செல்வத்தின் ஒரு சிறு விள்ளல் இது." பணிவுடன் நீட்டினான். மெய்க்காவலனின் உற்சாகம் சற்றே துணுக்குற வைத்தது. மெதுவாக வெண்பட்டை விலக்கும்போது விரல்கள் நடுங்கின.

தாம்பளத்தின் நடுவே கொய்யப்பட்ட இரு முலைகள் உயிர்த் துடிப்புடன் வீற்றிருந்தன.

அவனால் நம்ப முடியவில்லை. மனம் அதிர அவற்றைக் கூர்ந்து நோக்கினான். தசை மினுக்கம்கொண்ட கல் முலைகள். மெல்ல விரலால் தொட்டான். பளிங்கின் வழவழப்பில் விரல் நழுவியது. தொடுகையில் பரவிய குளிர்ச்சியும் மென்மையும் உடலை சிலிர்க்க வைத்தன. ஒரு கணம் அதிர்ந்து பின்னகர்ந்தவன் சீற்றத்துடன் மெய்க்காவலனை ஏறிட்டான். அவசரமாய் பார்வையை தாழ்த்திக்கொண்ட மெய்க்காவலன் தட்டிலிருந்த கோளங்களை வெறித்தான். பேரிரைச்சலின் திசையை உணர்ந்தவனாய் எழுந்தவனுக்கு அதனூடே வந்த அழுகுரலையும் துல்லியமாய் கேட்க முடிந்தது. மெய்க்காவலனைத் தவிர்த்துவிட்டு ஓடினான். உடல் பலம் மொத்தமும் காணாமல் போய்விட்ட தளர்ச்சியுடன் தடுமாறியவனின் எதிரில் வெட்டவெளி கனல் துப்பியது. உயிர் பதறவைக்கும் அந்த அழுகை ஒலி அவனை அழைப்பதுபோல ஓடினான். செம்பிழம்பென புழுதி சுழன்றது. வீரர்களின் ஆவேசக் கூச்சல் செவியை அடைத்தது. செடும்பிய வனத்தின் நடுவே இத்தனைக் கோபுரங்களா? வியந்து நின்றுவிட்டவனை வீரர்கள் எவரும் கவனிக்கவில்லை. நெடும் கோபுரங்களின் திக்குகளெங்கும் வானரங்கள் போலத் தாவித் திரிந்தார்கள். கெக்கலிப்புடன் சிலைகளைத் துண்டாடினார்கள். உளியோசையில் திரண்ட எழில் மேனிகள் யாவும் சம்மட்டி வீச்சில் துண்டாகியிருந்தன. தரையில் கால் வைக்கக் கூசுமளவு நிலமெங்கும் முலைகள் சிதறிக் கிடந்தன.

மெல்லிய அந்த அழுகையைத் தேடி நகர்ந்தான். கோபுரங்களின் நடுவிலிருந்த தடாகத்தின் படித் துறையை அடைந்தான். விநோதமான துள்ளலுடன் இருந்த அதன்

நீர்ப்பரப்பு அவனைத் திடுக்கிடச் செய்தது. மைதுனச் சிற்பங்கள் துண்டுபட்டு விழும்போதெல்லாம் குளத்து நீர் குதூகலித்துத் தளும்ப அந்த அழுகையொலி பதைபதைத்து வலுத்தது. ஆலிங்கனச் சிலைகளைப் பிரதிபலித்துக் கிடந்த நீர்மையைப் பார்த்துவிட வேண்டும் போலிருந்தது. வனமெங்கும் கனன்றோடும் வெப்பத்தின் வேர்களையல்லவா அது பொத்தி வைத்துள்ளது. பளிங்குப் பாளங்களில் உடல்களைச் செதுக்கியவனின் கண்கள் இதன் ஆழத்தில் விழித்துக் கிடக்கவேண்டும். சிற்பங்களைத் துண்டாடும் மூடர்களின் பேதமையை எண்ணி நொந்துகிடக்கும் அவை இந்நேரம். கற்சிலைகளில் மோதும் சம்மட்டிகளின் ஓசையை மேலும் சகித்துக்கொள்ள முடியாமல் ஆணையிட்டான் அவன். எல்லா இயக்கங்களும் ஒரு கணம் நின்றுவிட்டதுபோல நிசப்தம் கவிந்தது. தடாகம் மெல்ல அடங்கியது. படிகளில் உறைந்திருந்த நிழல்கள் மீண்டெழுந்து கல்பாவிய முன் மண்டபங்களில் நிதானமாய் விரிந்தன. காற்றினூடே அந்த அழுகையொலி சிறு தேம்பலாகி ஒடுங்கியிருந்தது. வீரர்கள் கூடாரங்களை நோக்கி தளர்ச்சியுடன் நடந்தனர்.

சிதைந்த சிற்பங்களைக் கடந்து மேற்குக் கரைக்கு வந்தான். வளை கோபுரங்களுடன் இருந்த அந்த மண்டபத்தின் உட்புற இருட்டு வசீகரித்தது. மெல்ல நுழைந்ததுமே அவனைத் தொட்ட அந்தப் பார்வையை உணர்ந்துகொண்டான். சிதைந்த தூணொன்றின் அருகில் அவர் உட்கார்ந்திருந்தார். தழல்நிற உடையின் ஒளி மங்கலாய் படர்ந்திருந்தது. அவரது ஜடாமுடி கிளைகொண்டு ஊர்ந்து தூண்களில் சுற்றியிருந்தது. மூடிக்கிடந்த கண்களை உற்றுப் பார்த்தான். முதுகுத் தண்டிலிருந்து உயிர் வடிவதுபோலொரு குறுகுறுப்பு. அணிந்திருந்த கவச உடையின் அபத்தத்தை வெட்கத்துடன் உணர்ந்தான். வலது புறமிருந்த படிகளின் நுனியில் நீர் தளும்பி நின்றது. கோடானுகோடி ஆயுளின் மிச்சங்களைத் தேக்கியிருக்கும் பணிவுடன் நட்சத்திரங்கள் மின்னி அசைந்தன. “நீரில் ஒளிரும் இந்த விண்மீன்களின் படுகையில்தான் அவள் அழுது கிடக்கிறாள். உடையும் சிற்பங்கள் ஒவ்வொன்றும் அவளது விமோச்சனங்களை நிர்மூலமாக்கிவிடும்.” சொற்களை உத்தேசிக்காத மௌனத்துடன் அவர் முன்னால் உட்கார்ந்திருந்தான். “இதோ இப்போது அவள்

சாந்தி அடைந்தவளாய் துயில்கொண்டுவிட்டாள்." தடாகத்தை வெகு நேரம் வெறித்திருந்தவன் கூடாரத்துக்குத் திரும்புகையில் காட்டின் ஆரவாரங்களை இருள் போர்த்திக்கொண்டிருந்தது.

படகின் நடுவிலிருந்த தாம்பளத்தில் முலைக் கோளங்கள் அசைந்திருந்தன. மெய்க்காவலன் முகம் திருப்பியிருந்தான். வீரர்களின் படகுகள் ஆரவாரமற்று அசைந்து மிதந்தன. எவருக்கும் இப்போது அவன் மீது கனிவிருக்கவில்லை. தடாகக் கரையின் கோயில்களைத் தரைமட்டமாக்கியிருந்தால் இதுவேயொரு வெற்றிப் பயணமாய் கோஷணை செய்யப்பட்டிருக்கும். இப்போது புறமுதுகிட்ட வெட்கமும் கையாலாகாத்தனத்தின் சினமும் மனம் வெதும்பச் செய்து அவன் மீதான வெறுப்பாகத் திரண்டிருந்தது.

கர்ணவதி இன்று கருணை கொண்டுவிட்டதுபோல இருந்தது. பெருமரங்களினூடே படகுகள் தடையற்று நகர்ந்திருக்க நிலவின் ஒளிக் கற்றைகள் சரம்சரமாய் இலைச் செறிவை ஊடுருவியிருந்தன. அசையும் நதிப்பெருக்கில் ஒளிச்சரங்கள் வளைந்து கலைந்தன. வலது கை விரல்கள் சிற்பத்தின் முகட்டில் அலைந்தபடியிருக்க அவன் மனம் மீண்டும் அந்தப் பெண்ணின் அழுகையை மீட்டுக்கொண்டது. கோபுரங்களின் நிலை ஆடியாக நிச்சயம் அவள் உறங்கியிருப்பாளா? மீண்டும் அவளை யாரும் துயில் கலைக்கக்கூடும் என்ற அச்சம் அவனை அவசரமாய் ஆட்கொண்டது. படகில் அவனால் அமர்ந்திருக்க முடியவில்லை. நீரில் தெறித்த ஒளிக் கிரணங்கள் அவன் பதற்றத்தைக் கண்டுகொண்டவை போல கையசைத்து அழைத்தன. கொய்த முலைகளை அள்ளிக்கொண்டு நீரினுள் சரிந்தான். கர்ணவதியின் நீரோட்டம் ஆவலுடன் அவனை அள்ளிக்கொண்டது.

(உயிர்மை, 2005)

7
சக்தியோகம்

சமையலறை வாசலில் தேங்கிக் கிடந்த மழைநீரை பழந்துணியால் நனைத்து ஒடுங்கிய வாளியில் பிழிந்து கொண்டிருந்த மாதங்கி புறக்கடை வாசலில் சிதம்பரத்தின் தலை தெரிந்ததும் குரலெடுத்தாள் "மழை இப்பிடியே பத்து நாளக்கிப் பேஞ்சுதுன்னா ஒண்ணும் மிஞ்சாதுப்பா. எப்ப எப்பன்னு நிக்குது இந்த சொவுரு."

தலையைத் துவட்டியபடி அண்ணாந்து பார்த்தார். வரிசை கலைந்த தட்டோடுகளைத் தாங்கியிருந்த கருத்த பனைமரக் கைகள் தொய்ந்திருந்தன. பளீரென்று உள்ளிறங்கிய வெயில் கற்றை கண்களைக் கூச தலையைக் குனிந்தவர் சுண்ணாம்பு பூச்சுதிர்ந்த செம்மண் சுவரைத் தொட்டார். உள்ளங்கையில் சில்லிட்டது ஈரம்.

ஆட்டாங்கல்லுக்கும் சுற்றுச்சுவருக்கும் நடுவில் ஈரமாய் பாசி படிந்த இடுக்கில் தலைதூக்கிப் பார்த்து நின்ற தவளையை ஈர்க்குச்சியால் விரட்டிக் கொண்டிருந்த கமலாதேவி சிரித்தாள். "ராத்திரி பூரா ஒரே சத்தம். கொர கொரன்னு. தூங்கவே விடலே இது. இப்பப் பாரு வெளியிலயும் போ மாட்டேன்னு கண்ணை உருட்டிட்டு நிக்குது."

எலுமிச்சைகளை நறுக்கிக்கொண்டிருந்த திரிபுரசுந்தரி உரத்த குரலில் கேட்டாள் “மத்தியானம் சாப்பிட வந்துருவேதானே?” கூடம் முழுக்க எலுமிச்சையின் புளிப்பு வாசனை.

ஈரத்துண்டை உதறிக் கொடியில் போட்டவர் கொல்லைக் கதவுக்கு மேலாக சுவரின் பிளவில் ஈரப்பச்சையுடன் அசைந்த அரசிலையை உற்றுப் பார்த்தார்.

“ரெண்டு நாள்ல வாய்தா. தேதி நெனப்பிருக்கா? அந்த வீணாப்போன வக்கீலப் பாத்து இந்தத் தடவையாச்சும் முடிச்சுவிடச் சொல்லுப்பா. இப்பிடியே இழுத்திழுத்து அவருக்கும் வயசாயிடுச்சு. கேசுக்கும் வயசாயிடுச்சு.”

“ஏன்க்கா, இன்னிக்கும் ஹிந்தி டியூசன் சாயங்காலம் பஜனை மடத்துலதான?” ஈர்க்குச்சியை எறிந்துவிட்டு சட்டையின் நைந்த காலர் நுனியை ஒருமுறை கடித்துத் துப்பினாள். பிரம்புக்கூடையில் கிடந்த எலுமிச்சைகளில் ஒன்றையெடுத்து தரையில் வைத்து உள்ளங்கையால் உருட்டினாள்.

“இருக்கற அரிசிச் சாக்கையெல்லாம் போட்டுப் போட்டு அத்தனையும் ஈரமாயிடுச்சு. வேறென்ன பண்ண?”

சமையலறைக்குள் இடதுபக்கத்து பூஜை அலமாரி எதிரில் வந்து நின்றவர் காலியாய் கிடந்த பூக்குடலையைப் பார்த்ததும் வெளியில் எட்டிப் பார்த்துக் கேட்டார் “பூப் பறிக்கலையா?”

தலை நிமிர்த்தாமலே கமலாதேவி சிரித்தாள் “அம்பாளுக்கு பூத்திருந்த செம்பருத்தி எல்லாத்தையும் மழை பறிச்சுப் போட்டுடுச்சுப்பா.”

செம்பருத்தி இல்லையென்றதும் வெறுமனே அம்பாளின் முகத்தைப் பார்த்தபடி நின்றார். கண்மூடினார். கை தானாக குங்குமக் கிண்ணத்தை நாடிற்று. சிட்டிகைபோல் எடுத்து பிரார்த்தித்தபடியே அம்பாளுக்கு அர்ச்சித்தார். உதடுகள் வழக்கமான ஸ்லோகத்தை முணுமுணுத்திருந்தாலும் மனம் குவிந்திருக்கவில்லை. வேர்வை வழிந்து மூக்குநுனியில் திரண்டது. கொல்லென்ற கமலாதேவியின் சிரிப்பு. எதற்கெடுத்தாலும்

சிரிப்புதான். வியர்வைத் துளி சொட்டிய கணத்தில் கண் திறந்தார். இன்னுமொரு முறை இன்னும் உரக்கச் சிரிக்கிறாள். “பகவதீ...” பெருமூச்சுடன் அரற்றி நின்றவர் கையைத் தளர்த்திக்கொண்டு குங்குமத்தை எடுத்து நெற்றியில் அப்பினார். கதவு நிலையில் இடிபடாது குனிந்து வெளியே வந்தார் .

குடையை எடுத்துக்கொண்டு வெளியே புறப்பட்ட சமயத்தில் கூடத்தின் மூலையில் தொங்கிய தூளியில் அசைந்த கால்களைப் பார்த்ததும் நின்றார். “இவனப் பாரு மாது. ஈரம் பண்ணிட்டான்போல.” சொல்லிக் கொண்டிருக்கும்போது சிணுங்கல் வலுத்தது.

கமலாதேவி உற்சாகத்துடன் ஓடிவந்தாள். “சின்னக்குட்டி சூச்சூ போயிட்டியா? இங்க வா இங்க வா.” தொட்டிலை விலக்கி அவனை அள்ளி எடுத்தாள்.

“இப்பவே ஏண்டி அவனை எடுத்தே? கையை கையை நீட்டிட்டு மாரை முட்டுவான். இருந்தாத்தானே குடுக்கலாம்” என்றவள் வாசலில் நின்றவரை ஒருகணம் பார்த்தாள். மூக்கை உறிஞ்சியபடி சமையலறைக்குள் நுழைந்தாள் “கொஞ்சம் பாத்துக்க. பாலைக் காச்சி எடுத்துட்டு வந்தர்றேன்.”

அங்கவஸ்திரத்தை மடித்துக் கழுத்தைச் சுற்றிப் போட்டார். கையிலிருந்த பையின் ஜிப்பை நீக்கியவர் உள்ளே இருந்தவற்றை ஒருமுறை பார்த்தார். குதிகால் பகுதியில் தையல் பிரிந்த வார் செருப்பை கவனத்துடன் போட்டுக் கொண்டவர் ஒருமுறை திரும்பிப் பார்த்தார்.

விடிகாலையில் பெய்த மழையின் ஈரத்தைத் துடைப்பது போல் வெயில் உக்கிரத்துடன் இறங்கியது. வேட்டிநுனியை ஏந்தியபடி விறுவிறுவென நடந்தவரை கரகரப்பான குரல் நிறுத்தியது “வெளியில கெளம்பறதுக்குள்ளாற வந்து பார்த்தர்லாம்னுதான் இருந்தேன்.” சிதம்பரம் நிமிர்ந்து பார்த்தார். கறிக்கடை வாசலில் மடித்துக் கட்டிய லுங்கியுடன் நின்றிருந்த சின்னமருது வேட்டியைத் தளர்த்தியவாறே பீடியைக் கீழே போட்டான். வெட்டுக்கத்தியின் கூரிய நுனி

மாமிசத் துண்டுகளை கொத்திக் கூறுபோடுவதை வெறித்தபடி நின்றார்.

"ரெண்டு கைய முட்டுக்குடுத்துத் தூக்கி நிறுத்தி ஓட்டை அடுக்கிர்லாம் சாமி. இப்ப கை வெக்க முடியாது. ஈரமா கெடக்கில்ல. மழ நிக்கட்டும். எப்பிடியும் பத்து ரூவா ஆயிரும். காச ரெடி பண்ணுங்க. பனங்கைய எடுத்துட்டு வேற போட்றலாம். மழ விட்ட ஒடனே வேலையை முடிச்சர்லாம்."

"ஆட்டும்" என்று தலையை ஆட்டிவிட்டு குடையை விரித்தார். வேட்டிநுனி கைக்கு வந்ததும் நடை தொடர்ந்தது.

படித்துறையை மூடி நீர் ததும்பிக் கிடந்தது பிடாரி குளம். மேற்குக் கரை பிள்ளையார் கோயில் திண்ணையில் ஆப்பக் கூடையுடன் உட்கார்ந்திருந்த கிழவியைச் சுற்றி காக்கைகள் தத்தித் திரிந்தன. கும்பேஸ்வரன் கோயில் மணி ஒலித்தது. கால்வைக்க முடியாமல் சேறாகிக் கிடந்த பாதையின் ஓரத்தில் கவனத்துடன் நடந்தபோது அவரைக் கடந்துபோன சைக்கிள் சற்றே தயங்கித் தடுமாறி ஓரத்தில் நின்றது. திரண்டு அழுக்கடைந்த பூணூல் முதுகின் குறுக்காகக் கிடக்க கழுத்தைத் திருப்பிப் பார்த்தவர் சிரித்தபடியே சைக்கிளிலிருந்து இறங்கினார்.

"ஒருத்தரும் வெள்ளையுஞ் சொள்ளையுமா நடக்கப் படாதுன்னுதானே சேறாக் கெடக்குது. நீர் மட்டும் அப்பிடி ஒதுங்கிப் போயிட முடியுமா?" பெரிய முன்பற்கள் உதடுகளில் அழுந்த கனத்த குரலில் கேட்டபடி சைக்கிளைத் தள்ளிக்கொண்டு நடந்தார். சிதம்பரம் குடையை மடக்கிக்கொண்டார். எலும்புகள் துருத்திய முதுகில் மினுமினுத்த வேர்வையை உற்றுப் பார்த்தார் "உமக்கென்ன. கால்கைல அழுக்குப்படாம சைக்கிள்ல போவேள்."

குப்பைத் தொட்டிக்கு வெளியே கிடந்த எச்சில் இலைகளை குதறிக்கொண்டிருந்தன நாய்கள். சாக்கடையோரத்தில் கூட்டமாய்த் திரிந்த பன்றிகளின் உறுமல் சத்தத்துக்கு எதிர்ப்பாக அவ்வப்போது தலை நிமிர்த்திப் பார்த்துக் குறைத்தன. ஈரத்தில் நொய்ந்த குப்பை வாடைக்கு மூக்கை மூடியபடி நடந்த இருவரும் வடக்கு மாடத்தெரு முனைக்கு வந்ததும் எப்படித் திரும்புவது என்று யோசிப்பதுபோல் நின்றார்கள். கும்பேஸ்வரன் கோயில்

மதில்சுவரின் மீது தத்தி நின்றன மரகதப் புறாக்கள். யாரோ விரட்டியதுபோல மட்டக் குதிரையொன்று தெருவின் குறுக்கே வேகமாய் ஓடிப் போனது.

"காபி சாப்டலாமா?" சைக்கிளை நிறுத்தி வேட்டியை இறுக்கியபடியே கேட்க சிதம்பரம் அவரது இடுப்புவேட்டியின் மடிப்பைப் பார்த்தார்.

"அதெல்லாம் இருக்கு. வா போலாம்" மீண்டும் பெரிய முன்பற்கள் உதடுகளில் அழுந்தப் படிந்தன.

மங்களாம்பிகா வாசலில் மரிக்கொழுந்துக் கூடையுடன் நின்றவள் சிதம்பரத்தைப் பார்த்ததும் கையசைத்தாள். "சின்னபாப்பாவைக் கொஞ்சம் வரச்சொல்லணும். சாயங்காலம் தோள்மாலை ஒண்ணு ஆர்டர் இருக்கு."

சிதம்பரம் தலையாட்டினார். சைக்கிளை நிறுத்திவிட்டு தலையைக் குனிந்து உள்ளே போனவரைத் தொடர்ந்தார். முக்காலியில் உட்கார்ந்த கணத்தில் பதார்த்தங்களின் வாசனை பசியைப் புரட்டி இழுத்தது.

"ரெண்டு நாளாவே உம்மப் பாத்துப் பேசணும்னு... முடியலை" பூணூலை உருவியவர் சிதம்பரத்தின் முகத்தை ஒருமுறை பார்த்தார்.

"எப்பப் பாரு அந்தப் பூச்சிமருந்து கடக்காரனோட அப்பிடி என்ன பேச்சு நம்ம சுந்தரிக்கு?"

ஆழமாக ஊடுருவிக் கண்களைப் பார்த்தவர் கொஞ்சம் தயங்கினார். சிதம்பரம் சலனமற்ற முகத்துடன் "ம்... சொல்லுங்க" என்றார்.

ஆவி பறக்கும் காபி டிகாஷன் மணத்துடன் வந்தது. "சூடா ஆமவடை இருக்கு. ரெண்டு தரவா?"

இருவரும் தலையாட்டி மறுத்தபடியே காபியை எடுத்து டபராவில் ஊற்றினார்கள். சரியான கலவையுடனான காபியின் சுவை பருகுவதற்கு முன்பே நாவில் தித்தித்தது.

“செரி... அவ கொழந்தை. கழுத்துச் சரட்டைக்கூட மாத்திக் கட்டலை. அதுக்குள்ள அவசரப்பட்டு வேணாம்னு கோவிச்சுண்டு வந்துட்டா. கொஞ்சம் பொறுத்திருக்கலாம். அந்தப் பையனுக்கும் இத்தனை பிடிவாதம் ஆகாதுதான். இப்பப் பாரு. கோர்ட்டு கேசுன்னு இழுத்துட்டுக் கெடக்கு. உமக்குச் சம்பந்தமில்லாத மாதிரியே இருந்தா முடியுமா?”

காபியின் ஒவ்வொரு மிடறையும் அனுபவித்துப் பருகியபடியே தலையாட்டினார் சிதம்பரம்.

“கேப்பாரில்லேன்னு கண்டவனெல்லாம் கைபோடப் பாக்கறான். நீர்தான் புத்தி சொல்லணும்.”

எல்லாம் தெரியும் என்பதுபோல ஒருமுறை தலையாட்டிவிட்டு டம்ளர் தண்ணீரை விரல்களால் தொட்டு உதடுகளைத் துடைத்தார். தொண்டையைக் கனைத்தவர் மெல்லச் சொன்னார் “நான் புத்தி சொல்றதா? சரிதான். சொல்லணும். அம்பாள்தான் பாத்துச் சொல்லணும். அவளுக்குத் தெரியாதா?”

ஒரு ரூபாய் சில்லறையை மேசையில் வைத்துவிட்டு பாக்கியை வேட்டி மடிப்பில் இறுக்கிக்கொண்டவர் முகத்தைச் சுளித்தார். “சரிதான். நீ வேற என்ன சொல்லுவே. எல்லாத்துக்கும் அம்பாதான்.” சைக்கிளின் பச்சை சீட்டை ஓங்கித் தட்டியவர் ஸ்டாண்டை தள்ளி விடுவித்தார் “சின்னவளும் வளந்து நிக்கறா. அவளுக்காச்சும் உன்னோட அம்பா நல்ல வழி காட்டினாத் தேவலை.” பதிலை எதிர்பார்க்காமல் சைக்கிளில் தாவி ஏறியவரைப் பார்த்தபடியே நின்றார் சிதம்பரம்.

வெயில் இன்னும் கூடியிருந்தது. மரிக்கொழுந்துக்காரியைக் காணவில்லை. லாரியிலிருந்து சாமந்திக் கூடைகளை இறக்கிக் கொண்டிருந்தார்கள்.

விரித்த குடையுடன் மொட்டைக் கோபுரத்தைக் கடந்து நடந்தார். பொற்றாமரைக் குளத்து நீர் வெயிலில் மின்னி அசைந்தது. வலைத்துணியில் அடைத்த சாத்துக்குடி மூட்டையைச் சுமந்துபோனவனின் கருத்த புஜத்தில் ரோஜா மலரிதழ் ஒட்டியிருப்பதைப் பார்த்தவரின் உதடுகள் தன்னிச்சையுடன் முணுமுணுத்தன “ஈஸ்வரீ....”

வக்கீல் வைத்தியநாதன் வீட்டுக்குள் எட்டிப் பார்த்தார். கம்பி அழி வைத்த திண்ணையில் சாய்வு நாற்காலி. பக்கத்தில் அழுக்கேறிய சிறிய ஸ்டூல். அதன்மேல் மடித்து வைக்கப்பட்ட ஹிந்து பேப்பர். வெற்றிலைச் செல்லம்.

“வாங்கோ. அங்கயே ஏன் நிக்கறேள்?” கணீரென்ற குரல் உள்ளே அழைத்தது.

நொடியில் அந்தக் குரலுக்குரிய முகம் அவருள் மேலெழுந்தது. கோடாலி முடிச்சிட்ட ஈரக்கூந்தலை முதுகுக்குப் பின்னால் தூக்கிப் போட்டபடி சற்றே திரும்பியது. ஒருகணம் வெயில் கற்றை பட்டு ஒளிர்கிறது மூக்குத்தி.

சாய்வு நாற்காலியில் உட்கார்ந்து கண்களை மூடினார். புன்னகைக்கும் அந்த முகத்தின் சிவந்த உதடுகளில் ஈரம் மின்னுகிறது. செம்பருத்திப் பூ மலர்ந்து காற்றில் மெல்ல அசைகிறது. “சாம்பவீ....” முணுமுணுக்கும் உதடுகள் நடுங்குகின்றன.

“க்ணீங்... க்ணீங்...” சைக்கிள் மணியொலி அவரைக் கலைக்கிறது. வீட்டுக்குள்ளிருந்து மஞ்சளும் சிவப்புமான வசீகர வண்ணங்கள்கொண்ட சிறிய அந்த சைக்கிள் மணியொலித்தபடி வெளியே வருகிறது. அரை நிஜார் மட்டுமே அணிந்தவனின் கைகள் ஹாண்டில்பாரை லாவகமாகப் பற்றியுள்ளன. கீழ் உதட்டைக் கவ்வியிருக்கும் பால்பற்கள். குதூகலமும் ஆர்வமும் மின்னும் கண்கள். சைக்கிள் மணியை மறுபடியும் வேகமாக ஒலிக்கிறான்.

“தாத்தா மேல விடப் போறியா?” உற்சாகத்துடன் கேட்டதும் சைக்கிள் திடுக்கென்று நிற்கிறது. ஒருமுறை உற்றுப் பார்க்கிறான். உதடுகள் விடுபடுகின்றன. பளிச்சென்று சிரித்துவிட்டு மீண்டும் க்ணீங் க்ணீங் என்று மணியொலிக்கிறான். கைகளை வளைத்து சைக்கிளைத் திருப்பி உள்ளே மறைகிறான். ஒருகணம் கழித்து ஒளிரும் கண்களுடன் தலைமட்டும் வெளியில் எட்டிப் பார்க்கிறது. க்ணீங். க்ணீங்.

“என்னடா, தாத்தாவோட வெளையாடறியா?” வைத்தியநாதன் கான்வாஸ் ஷூவைக் கழற்றிப் போட்டுவிட்டு வேர்வை மணக்க உள்ளே வந்தார்.

“கிரவுண்டுலேர்ந்து இப்பதான் வர்றேன் பாருங்கோ. நாழியாயிடுத்து. நீங்க வந்து ரொம்ப நேரமாச்சா?” துவாலையால் முகத்தைத் துடைத்தபடியே சாய்வு நாற்காலியில் உடலைக் கிடத்தினார்.

“இல்லையில்ல. இதோ இப்பதான்.” சிதம்பரம் சிரிக்க முயன்றார்.

“காபி குடுத்தாளா?” என்றவர் அவர் பதிலை எதிர்பார்க்காமல் உள்ளே பார்த்துக் குரல் கொடுத்தார் “ஏம்மா, காபி கெடைக்குமா?”

சிதம்பரம் நிமிர்ந்தார். ஒலிக்கப் போகும் குரலுக்காகக் காத்திருந்தார். “இதோ... வர்ரேண்ணா.”

மறுபடியும் அதே காட்சி. அதே மூக்குத்தி மின்னல். செம்பருத்தியின் நடனம்.

“மாதங்கியோட மாமியார் ரொம்ப படுத்தறா. சொல்லப்போனா அவளுக்கு ரைட் இருந்திருக்கு. பாலிஸில அவளைத்தான் நாமினின்னு போட்டுருக்கு. கல்யாணத்துக்கு முன்னாடி போட்டதா இருக்கும். அத மாத்தலை. பாலிஸியும் அவகிட்டயே இருந்துருக்கு. என்னவோ பண்ணி பணத்தை வாங்கிட்டா. இப்ப அவளாப் பாத்து குடுத்தாத்தான் ஆச்சு.”

காபியின் மணம் சிதம்பரத்தின் கவனத்தைச் சிதறடித்தது. நிமிர்ந்து வாசலைப் பார்த்தார். வேலைக்காரச் சிறுமி காபி கோப்பைகளுடன் வெளிவந்த கணத்தில் சோர்வுடன் தலை குனிந்தார்.

“இவளாலதான் அப்பிடியொரு ஆக்ஸிடெண்ட் ஆகி மகன் போயிட்டான்னு அந்தம்மா நம்பறாங்க. அந்தக் கோபம், ஆத்திரம் இன்னும் அப்பிடியே இருக்கு. பேரன் ஒருத்தன் இருக்கான்னு சொன்னாலும் அவ ஒத்துக்கறமாதிரி இல்ல. அவன் என் பேரனே இல்லைன்னு கத்தறா. என்ன பண்ணச் சொல்றேள்?”

வைத்தியநாதன் நிதானமாக டபராவைச் சுழற்றி ஒவ்வொரு மிடறாகப் பருகினார்.

"செருப்புல அடிச்சாப்பல காப்பியில்ல..."

தலையை ஆட்டினார் சிதம்பரம். காபி ருசிக்கவில்லை.

"வேற ஒண்ணும் வழியில்லையா?"

தளர்வுடன் கேட்டபடியே எழுந்து நின்றார். வைத்தியநாதன் கடைசி மிடறைப் பருகிவிட்டு உதடுகளைச் சப்புக் கொட்டினார். துவாலையால் முகத்தைத் துடைத்தபடியே எழுந்தார் "பாக்கலாம். லீகல் ஹேர் சர்டிபிக்கேட்ல இவங்க ரெண்டு பேர் பேரும் இருக்கு. அதனால வீடு நெலம்னு மிச்சமிருக்கறதுலயாவது ஷேர் வாங்க முடியும். என்ன, கொஞ்சம் டைம் ஆகும். நீங்க தைரியமா இருங்கோ. பாத்துக்கலாம்."

கூடத்தில் க்ணீங் க்ணீங் என்று சைக்கிள் மணியொலித்தது. உற்சாகத்துடன் வைத்தியநாதன் உள்ளே ஓடினார்.

வாசலுக்கு வந்ததும் சிதம்பரம் குடையை விரித்தார். ஆள் நடமாட்டமற்ற தெருவில் எந்தப் புறம் செல்வது என்று யோசிப்பதுபோல் தயங்கினார். பின்பு கிழக்கு நோக்கி நடக்கலானார். வலதுபுறச் சந்திலிருந்து திடுப்பென்று ஓடிவந்த எருமையொன்று இவரைக் கண்டதும் கால்மாற்றி எதிர்த் திசையில் ஓடலானது. அதைத் துரத்தி வந்தவள் முடியாமல் நின்றாள். இடுப்பில் கைவைத்தபடி ஓடி மறையும் எருமையைப் பார்த்தாள். மூச்சிறைத்தது.

சங்குப் பாலத்தைக் கடக்கும்போதே அந்த விடுதியின் பிரமாண்டமான முகப்புத் தென்பட்டது. சிதம்பரத்தின் நடையில் வேகம் கூடியது. உடலெங்கும் வேர்வை பெருகியது. தேங்கிய மழைநீரில் அழுக்குவண்ணாங் குருவிகள் உடல் நனைத்து சிறகுதறித் தத்தின. உதிர்ந்த மஞ்சள் சரக்கொன்றைப் பூக்கள் டயர்களில் அரைபட்டு தார்ச் சாலையில் அப்பிக் கிடந்தன.

விடுதியின் கண்ணாடிக் கதவருகில் நின்றவன் தடுத்து நிறுத்தினான். திரும்பிப் போய்விடலாமா என்று நினைத்த மறுகணம் சந்திக்க வேண்டியவரின் பெயரைச் சொன்னார்.

இன்னும் சந்தேகம் விலகாதவனாய் தயக்கத்துடன் கதவைத் திறந்து உள்ளே அனுமதித்தான். குளிர்ந்த காற்று முகத்தைத் தழுவியது. வேட்டியை தளர்த்திக்கொண்டு நடந்தார். ஒளி சிந்தும் அலங்கார விளக்குகள். கால்புதையும் வண்ணக் கம்பளம். உதடுகள் பிரியாமல் ஒப்பனை கலையாமல் பொம்மைபோல் நின்றவள் பிரமுகரின் பெயரைக் கேட்டதும் தொலைபேசியை எடுத்து இவர் வரவைச் சொன்னாள். அகலமான சொகுசு இருக்கையைக் கைகாட்டி காத்திருக்கும்படி சொன்னாள்.

லிப்டின் கதவு திறந்ததும் வெளியில் வந்த செழியன் உட்கார்ந்திருப்பவரைப் பார்த்ததும் ஓடிவந்தார். இறுக்கமாய் கைகளைப் பற்றிக் குலுக்கினார்.

“வாங்க. ரூமுக்குப் போயர்லாம். நண்பர்கள்லாம் இருக்காங்க.”

கண்ணாடியைக் கழற்றி பையில் வைத்துக்கொண்டவர் மூச்சை உள்ளிருத்தி நிறுத்தினார். கண்களை மூடி நிதானமாக மூச்சை கவனித்தார். சத்தமின்றி லிப்ட் மேலேறியது. செழியன் பணிவுடன் ஒதுங்கி நின்றார்.

மங்கிய ஒளியுடனான நீண்ட வழிநடை. சத்தமெழுப்பாத கம்பள விரிப்பு. செழியன் கதவை மெல்லத் தட்டினார். உடனடியாக அறைக் கதவு திறந்தது. உள்ளே நுழைந்ததுமே அனைவரும் எழுந்து நின்றார்கள்.

“இவர்தான் சிதம்பரம் அய்யா.” பணிவுடன் சொல்லிய செழியன் மறுகணம் நெடுஞ்சாண்கிடையாய் விழுந்து வணங்கினார். புருவத்தின் மையத்தில் கைவைத்து கண்களை மூடி நின்றவர் செழியனைத் தொட்டெழுப்பி குங்குமம் இட்டு ஆசிர்வதித்தார்.

ஐந்து பேரையும் ஒவ்வொருவராக அறிமுகப்படுத்தினார். ஒவ்வொருவரும் தயங்கிப் பணிவுடன் வணக்கம் சொல்ல அவரருகில் குனிந்து மெதுவாகக் கேட்டார் செழியன் “அய்யா, என்ன கொண்டுவரச் சொல்லட்டும்?”

“இந்த ஓட்டல்ல நன்னாரி சர்பத் நல்லாருக்கும். சொல்லுங்க.”

செழியன் கண்ணைக் காட்டிய நொடியில் ஐவரில் ஒருவர் பொத்தானை அமுக்கினார்.

“அய்யாவைப் பத்திதான் இவங்ககிட்ட சொல்லிட்டிருந்தேன்.” செழியன் அருகில் அமர்ந்தார். வழுக்கைத் தலை. அகன்ற தாடை. சர்க்கரையையும் ரத்த அழுத்தத்தையும் சட்டென்று அடையாளம் காட்டும் தளர்ந்த உடல்வாகு.

“இவ்வளவு சிம்பிளா இருப்பார்னு நெனக்கலை.” ஐவரில் ஒருவர் தயங்கியபடியே சொன்னார். இளமஞ்சள் முழுக்கைச் சட்டையில் பருத்த உடல் பிதுங்கியது. கன்னக் கதுப்புகளின் மினுமினுப்பில் உயர்தர மதுவின் அன்றாடப் புழக்கம் தகதகத்தது.

“நீளமா தலைமுடியெல்லாம் வெச்சுட்டு, செவப்பு ஜிப்பாப் போட்டுட்டு கழுத்தெல்லாம் மாலையோட வருவார்னுதான் நானும் நெனச்சேன்.” நன்னாரி சர்பத்துக்காக பொத்தானை அமுக்கியவன் தலையணையை எடுத்து மடியில் வைத்தபடி சொன்னான்.

செழியன் சிதம்பரத்தைப் பார்த்தபடியே உரத்துச் சிரித்தார்.

“ம். அப்பிடியிருந்தாத்தான் நம்புவாங்க போல. என்னால அதெல்லாம் முடியல. அம்பாள் சொல்றதை மட்டுந்தான் என்னால செய்ய முடியும்.”

சிதம்பரம் உள்ளங்கையை விரித்துப் பார்த்தார். கண்களை மூடித் திறந்தவர் எதையோ நினைத்தவராய் சொன்னார் “ஒரு நிமிஷம் டி.வி.யைப் போடுங்க.”

செழியன் கேள்வியுடன் திரும்பினார். “என்னாச்சு அய்யா?”

“முக்கியமான செய்தி ஒண்ணு வரணும். அதான் பாக்கலாமான்னு...” இன்னும் அவரது பார்வை எங்கேயோ நிலைத்திருந்தது.

“இன்னிக்கு முக்கியமான நியூஸ் பார்கவியோட டெத் நியூஸ்தான்.”

கேட்டதும் கண்களை மூடினார். "சொல்லிட்டாங்களா?"

"ஆமாங்கய்யா. இன்னிக்கு காலையிலேயே சொல்லிட்டாங்க. உங்களுக்குத் தெரியுமா?" செழியன் சற்றே குழப்பத்துடன் கேட்டார்.

எல்லோரும் அவர் முகத்தையே உன்னிப்பாக கவனித்திருந்தனர். நடிகை ஒருத்தியின் மரணத்தைப் பற்றி இவர் ஏன் இத்தனை யோசிக்கிறார்?

செழியன் அவர் சொல்லப் போவதற்காகக் காத்திருந்தார்.

"அந்தம்மா நடிக்கறதை விட்டு பத்து வருஷம் இருக்குமா?" பொதுவாகக் கேட்பதுபோல இருந்தது.

"இருக்கும். தமிழ்ல இப்ப ஒரே ஒரு படத்துல சின்னதா ஒரு ரோல் பண்ணினாங்க. மத்தபடி அவங்க இந்தில நடிச்சே எட்டு வருஷத்துக்கும் மேல ஆயிடுச்சு."

"என்ன வயசிருக்கும்?"

"நியூஸ்ல ஐம்பத்தி எட்டுன்னு போடறாங்க."

உடனடியாக அவர் எதுவும் பேசவில்லை. கதவு திறந்தது. குளிரூட்டப்பட்ட நன்னாரி சர்பத் உயரமான கண்ணாடி குவளைகளில் வந்தது. செழியன் ஒன்றை எடுத்து நீட்ட கையில் வாங்கியவர் ஒரு மிடறு பருகினார். சிறிய இடைவெளிக்குப் பிறகு இன்னொரு மிடறு. கீழே வைத்துவிட்டார். உதடுகளைத் துடைத்தபடி தொண்டையைச் செருமினார்.

"நான் அவளப் பாத்தப்ப வயசு பதினாலு. கொழந்த. கண்ணை உருட்டிட்டு அம்சமா சிரிச்சது இப்பகூட எனக்கு நெனப்பிருக்கு. அப்ப சினிமா இண்டஸ்ட்ரில என்னை நெறையப் பேர்த்துக்குத் தெரியும். பெரிய பெரிய நடிகைங்க, நடிகர்ங்கல்லாம் என்னை அழைச்சிட்டுப் போய் கேப்பாங்க. எல்லாத்தையும் ரகசியமாத்தான் செய்ய முடியும். என்னோட ஃபீல்ட் அப்பிடி. யாரும் வெளியில சொல்லமாட்டாங்க. அப்ப அந்தப் பொண்ணு ரெண்டொரு படத்துல தலை காட்டிருந்தா.

அவங்க அம்மாவுக்கு யாரோ என்னைப் பத்தி சொல்லி என்னை வரச் சொன்னாங்க. மகளோட எதிர்காலத்தைப் பத்தித் தெரிஞ்சிக்க ஆசப்பட்டாங்க. என்னோட பூஜை எப்பிடி இருக்கும்னு விவரமெல்லாம் சொன்னேன். அவங்களும் தெரியும்னு சொன்னாங்க. எல்லாத்துக்கும் ஒத்துக்கிட்டாங்க. நாள் பாத்துக் குறிச்சிட்டு அன்னிக்கு வரேன், எல்லாத்தையும் ரெடி பண்ணி வைங்கன்னு சொல்லிட்டு வந்துட்டேன். பல பேர் மொதல்ல சரின்னு சொல்லிட்டு அப்பறமா வாண்டாம்னு ஓடிடுவாங்க. நூத்துல ரெண்டு பேர்த்துக்குத்தான் இதை செஞ்சு பாக்கலாங்கற தெயிரியம் வரும். அதுவும் அம்பாளோட அனுக்கிரகம்தான். அவ மனசு வெக்கலேன்னா ஒண்ணும் நடக்காது. பூஜை அன்னிக்கு வேற யாரும் இருக்கக்கூடாது. பூசையில சம்பந்தப்பட்ட அந்த ஒரு ஆளைத் தவிர வேற யாரும் இருக்கப்படாது. அதுவும் அவங்க பிறந்தமேனியாதான் இருக்கணும். சக்தி உபாசகனைப் பத்தித் தெரிஞ்சவங்களுக்கு புரியும் ஒரு பொண்ணோட ஒடம்புங்கறது உபாசகர்களுக்கு என்னன்னு? குறிப்பிட்ட நாளன்னிக்கு ராத்திரி அவங்க வீட்டுக்குப் போனேன். எல்லா ஏற்பாடும் கச்சிதமா பண்ணிருந்தாங்க. அவங்க அந்தப் பொண்ணுகிட்ட எப்பிடிச் சொன்னாங்கன்னு தெரியாது. சமத்தா வந்துச்சு. ஒன்றரை மணி நேரம். அம்பாளோட ஆசி பூரணமாக இருந்துச்சு. அபாரமான யோகம் அந்தக் கொழந்தைக்கு. அதுக்கான அத்தனை அடையாளமும் அவகிட்ட இருந்துச்சு. பூசையை முடிச்சுட்டு அவங்கம்மாகிட்ட சொன்னேன். அடுத்த முப்பது வருஷத்துக்கு இவதான் சினிமாவை ஆளப்போறா. தமிழ் மட்டுமில்ல. தெலுங்கு இந்தின்னு இந்த நாட்டையே சுத்த வெக்கப் போறான்னு சொன்னேன். அந்தம்மாவுக்கு அழுகையே நிக்கல. கால்ல விழுந்து நமஸ்காரம் பண்ணினாங்க. பத்தாயிரம் ரூபா குடுத்தாங்க. அந்தக் காலத்துல அது பெரிய தொகை. சொல்லி ஒரே வருஷம் கதாநாயகியா நடிக்க ஆரம்பிச்சா. அதுக்கப்பறம் அவளை யாரும் நிறுத்த முடியலை. அடுத்த பத்து வருஷத்துல சூப்பர் ஸ்டார். அதே ஜோர்ல இந்திக்குப் போனா. ரெண்டே படந்தான். அங்கயும் பெரிய ஸ்டார் ஆயிட்டா. அமிதாப் அளவுக்கு அந்தஸ்து, பணம். அவ யோகம்

அப்பிடி. சென்னைக்கும் சரி இங்கயும் சரி வரும்போதெல்லாம் அவங்கம்மா தவறாம சொல்லி அனுப்புவாங்க. மரியாதை பண்ணுவாங்க. ஆனா அந்தம்மா போனப்பறம் பொண்ணுக்கு நெனப்பில்லையா நேரமில்லையா தெரியலை. பாக்கலை நான். ஆனா அப்பிடியொரு சக்தி அனுகிரகத்தை நான் பாத்ததில்லை. சக்தியோகம் நின்னு வெளையாடின ஆள் அது."

அவர் சொல்லி நிறுத்தியபோது அறையில் ஏ.சி.யின் சன்னமான சீற்றத்தைத் தவிர வேறெந்த சத்தமும் இருக்கவில்லை. நிதானத்துடன் நன்னாரி சர்பத்தை எடுத்துப் பருகத் தொடங்கினார். சிறிது நேரம் வரைக்கும் எல்லோரும் அந்தக் கதையிலேயே ஆழ்ந்திருப்பதுபோல எதுவுமே பேசவில்லை.

மறுபடியும் சிதம்பரம் தொடங்கினார் "என்னடா இந்தக் கிழம் வந்து பார்கவியை அம்மணமாப் பாத்தேன்னு புருடா விடறான்னு நீங்க யாராவது நெனக்கலாம். அதுதான் மனுச குணம். அதில தப்பில்ல. சக்தியோகம் ரொம்ப அபூர்வமான விஷயம். அதுக்காக எத்தனையோ பேர் காத்திருந்து உசுரையே குடுத்துருக்காங்க. அமையணும். இல்லேன்னா என்ன பண்ண முடியும்? அப்பிடியொரு யோகம் அமைஞ்சாலும் அது கொஞ்ச காலத்துக்குத்தான் இருக்கும். இந்தப் பொண்ணு மாதிரி முப்பது வருஷம் இருக்கறதுங்கறது லட்சத்துல ஒண்ணுதான்."

அனைவரும் பேச்சற்று உறைந்திருந்தார்கள்.

செழியன் அந்த மௌனத்தை உடைக்க விரும்பியவர்போல கேட்டார் "இதை நீங்க யார்கிட்ட கத்துக்கிட்டீங்க?"

சிதம்பரம் சிரித்தார். "இன்னொரு நன்னாரி சர்பத் சொல்லுங்களேன்" என்றவர் நெற்றிக் குங்குமத்தைத் தடவினார்.

"இது யாரும் யாருக்கும் சொல்லித் தர முடியாதது. சக்தியோட ஆக்ஞை இருக்கணும். இருந்தா அதுவா லபிக்கும். அவ அடையாளம் காட்டுவா. நான் சொல்லுவேன். அவ்ளோதான். செழியன் சொன்னாரான்னு தெரியாது எனக்கு. இது புலி வாலைப் புடிச்ச மாதிரிதான். என்னால அதை விட முடியாது. அதுவும் என்னை விடாது."

இந்த முறை அவர் நன்னாரி சர்பத்தை ஒரே மூச்சில் முழுவதையும் குடித்தார்.

"நாழியாச்சு. நான் பொறப்படவா?"

செழியன் எழுந்தார். கூடவே மஞ்சள் சட்டைக்காரரும் முன்னால் நகர்ந்தார். "அய்யா. நான் சொன்னேனே. இவர்தான் உங்களைப் பாக்கணும்னு சொன்னது. உங்களால ஒரு காரியம் ஆகணும். உங்களுக்கு வசதிப்படும்போது தனியா வந்து பாப்பார்."

சிதம்பரம் இருவரையும் ஏறிட்டுப் பார்த்தார். மஞ்சள் சட்டைக்காரர் ஒடுங்கி நின்றபடி நெற்றி வேர்வையைத் துடைத்தார்.

"அதான் சொன்னேனே அம்பாள் சொல்லுவா. அப்பதான் முடியும். நானா எதையும் சொல்ல முடியாது."

எழுந்து நின்றதுமே சொல்லி வைத்தாற்போல ஐவரும் காலில் விழுந்து வணங்கினார்கள். ஸ்லோகத்தை முணுமுணுத்தவாறே எல்லோருக்கும் குங்குமம் வைத்து ஆசிர்வதித்தார்.

அனைவரும் விலகி நிற்க பையைத் தோளில் மாட்டினார். குடையை எடுத்து கக்கத்தில் வைத்தபடி தலையாட்டினார். "புறப்படவா?"

"உங்களை வீட்ல விடச் சொல்றேன்."

கைகளை ஆட்டி மறுத்தார். "எனக்கு வெளியில நெறைய வேலையிருக்கு. மெதுவா போய்டுவேன். நீங்க சிரமப்பட வேண்டாம்."

"அய்யா, ஒரு நிமிஷம்."

செழியன் பணிவுடன் பழுப்பு நிறத்திலான தடித்த உறை ஒன்றை நீட்டினார் "அய்யா, தப்பா எடுத்துக்கக் கூடாது. சின்னக் காணிக்கை. வாங்கிக்கணும்."

சிதம்பரம் செழியனின் தோளில் கைவைத்தபடியே சிரித்தார். "நான் சொன்னேன்ல. பார்கவியோட அம்மா அப்பவே பத்தாயிரம் குடுத்தாங்கன்னு. கவுகாத்தியில ஒரு சக்திபீடம் இருக்கு. காமாக்கியான்னு பேரு. ரொம்ப முக்கியமான கோயில். அந்தப் பணத்தை அப்பவே அங்க கொண்டு சேத்துட்டேன்."

விடுதியை விட்டு வெளியே வந்ததும் கண்களைக் கூசிற்று வெயில். குடையை எடுத்து விரித்தார். கருப்புக் கண்ணாடியை அணிந்துகொண்டு நடக்கத் தொடங்கினார். அனல் கொதித்தது.

(காலச்சுவடு, 2018)

8
பிறிதொரு நதிக்கரை

1

சுற்றுப் படிகளனைத்தையும் மூழ்கடித்துக் கிடந்த மரகத நீர்ப்பரப்பு திகைக்க வைத்தது. மெல்லிய அலைகளில் தெறிக்கும் இளம் வெயிலின் மினுமினுப்பில் கண்கள் கூசின. படிகளில் உட்கார்ந்து மீன் கூட்டங்களையோ கோபுரச் சிற்பங்களையோ இன்றைக்கு ரசிக்க முடியாது. கரை விளிம்பில் நழுவி அசையும் நீரின் சுவடுகள் நீண்ட கல் தரையெங்கும் கோலமிட்டிருந்தன. வழக்கத்திற்கு மாறான நெரிசல். கண்கள் அனைத்தையும் ஒன்று போல் கட்டிப் போட்டிருந்தது பொற்றாமரைக் குளம். நிறைகுளம் வியந்து நிற்கும் கும்பலைப் பிளந்து குளத்தைச் சுற்றிவிடலாம் என்ற தீர்மானத்தில் எதிர்ப்படுபவர்களை மெல்ல விலக்கியும் மோதி உரசியும் கடந்து நடந்தேன். எவர் கைகள் என்னைக் குளத்தின் கரைக்கு ஒதுக்கித் தள்ளியிருந்தன என்று தெரியவில்லை. விளிம்பில் தத்தளிக்கும் விரிகடலின் அழைப்பில் கவனம் கொள்ளாது சுதாரிக்கும் முன்பே உடல்களின் மேலுமொரு மோதலில் நிலை குலைந்து விழுந்தேன். ஒரு கணம் கோபுரங்கள் கலைந்து சரிய நீர்ப்பரப்பு கரம் விரித்து என்னை அள்ளிக் கொண்டது. உயிர் பயம் கிளைத்து உடலெங்கும் பரவியது. பற்றுதல் தேடி பதற்றத்துடன் அலையும் கைகளெங்கும் நழுவி அலையும் நீர்க் கிளைகள்.

தழுவி உள்ளிழுக்கும் ரகசிய ஆவேசம் தன் வசம் இருத்தியபின், துள்ளலின்றி துடிப்பின்றிக் கிடந்தேன். நீரின் கைகளில் சாதுவாய் கிடந்தது உடல். தொலைவைக் கடந்த களைப்பில் கண்கள் மூடியிருந்தன. எக்கரையொதுக்கிச் செல்லும் என்னை இந்த நீரோட்டம்? உத்தேசங்களின்றி மிதந்தவனை அந்தப் பாடல் அள்ளியெடுத்தது. விநோத சஞ்சாரத்துடன் குதூகலம் பொங்க என்னை அது வழி நடத்தியது. தளிர் பச்சையின் கைங்கரியப் பிரதேசம் போல் செழுமைபூண்ட பாதையது. பசும்புல்வெளியின் இளவெயில் கோலங்களில் மான்களின் மேய்ச்சல்கள். பர்ணசாலையின் நாணல் கூரைகளில் தத்தும் வெண்புறாக்கள். திசையொளி குவிந்த ஒற்றைத் தடத்தில் அவன் நடந்து கொண்டிருந்தான்.

அவனைக் கண்டதும் பாடல் எனை விடுத்து அவனை யடைந்தது. பாதுகையணிந்த கால்களின் கம்பீர நடையில் இணக்கத்துடன் அசையும் உடல் அவனது குரலுக்கு செறிவூட்டிக் கொண்டிருந்தது. நிர்வாணத் திமிர் மின்னும் அவன் உடலை மையம் கொண்டு சுழன்றது காற்று. உடன் நடந்தவன் சற்றும் பொருத்தமற்றவன். முழங்கால் உயரமே இருந்த அவன் தலையில் பெரும் பாரமாய் பிச்சைப் பாத்திரம். பாடி நடக்கும் அவனைத் தொடர்ந்து இவன் ஓடிக் கொண்டிருந்தான். நடன லாவகம் கொண்ட அவன் நடைக்கு முரணாய் இவனின் குலுங்கல்கள். கந்தர்வம் குழையும் கீதம் காற்றில் மிதந்து பர்ணசாலைக் கதவுகளைத் தட்டின. பசிக்கென உணவு வேண்டிப் பாடிய பாடலின் வரிகள் அவனது சாதுர்யத்தில் நனைந்து முனிபத்தினியரை அத்துமீறி தீண்டியழைத்தது. அன்னமேந்தி வந்தவர்கள் நிற்கும் நெடிய உடல் கண்டு நின்றார்கள்; மின்னல் அறைந்தவர்களாய் மிரண்டார்கள்; சாம்பல் தசைகளின் முறுக்கம் கண்டு நாணித் தலை கவிழ்ந்தார்கள். பாடலின் தொடுகைகள் உடல்தசை இறுக்க நாணம் துறந்து பண்ணிசைப்பவன் பாதையில் நடந்தனர். ஆடைகள் தளர்ந்தன; அணிகள் கழன்றன. விம்மும் அங்கங்கள் தீண்டும் வேண்டுதலுடன் திசையதிரத் தவித்தன.

நிலை பிறழ்ந்திருந்தேன் நான். பிரதேசமெங்கும் காற்றில் கனன்ற காமப் பெருமூச்சின் தகிப்பில் கால்கள் நடுங்கிக்

கொண்டிருந்தேன். நாணம் கரைந்தொதுங்கிய கரையில் தடுமாறினேன் நான்.

அவனருகில் நின்ற குறபூதம், பாவம், என்னைவிடத் தடுமாறிக் கொண்டிருந்தான். விழிவரைக்கும் மேலே ஆர்ப்பரிக்கும் பேரழகின் அதிர்வுகளையும் விம்மல்களையும் காணப் பொறுக்காது கண் பிதுங்க நின்றிருந்தான். தன் தலை பாரம் இறக்கிடத் தடம் பார்த்துத் தவித்து சுற்று முற்றும் பார்த்தவன் கண்களில் நான் பட்டுவிட குடுகுடுவென்று நெருங்கிவந்தான். சிவந்த அவன் கண்களில் தாங்காத காட்சிகளின் தத்தளிப்பைக் கண்டுகொள்ள முடிந்தது.

"ஒரு நிமிஷம் இதப் புடிங்க... நான் போயிட்டு வந்தர்றேன்" என்று சுண்டுவிரல் காட்டிவிட்டு, என் பதிலை எதிர்பார்க்காத வனாய் ஓடினான். கைகளில் பிச்சைப்பாத்திரம் கனத்தது. அவனது கட்டையுடல் துரிதமாய் புல்வெளி கடந்து பெருமரம் ஒன்றையடைந்து மறைந்தது. தலை சுமந்தத் திருவோட்டுடன் பாடும் அவன் காலடி அடைந்தேன் நான். முனிபத்தினியர் மேனி வருடும் அப்பாடல் இன்னும் சில்மிஷத்துடன் விளையாடியிருந்தது. அவனை மிக நெருங்கியிருந்த அந்த ரிஷிபத்தினி கலையாத இளமையுடன் கொப்புளிக்கும் மோக முத்திரைகளுடன் இருந்தாள். நிறம் மங்கி காமச் சிவப்பேறிக் கிடந்த அவள் அவன் உடல் மொத்தமும் அள்ளிப் பருகும் கண்கொண்டு அளந்தவாறே பாதுகைக் கால்களில் சரணடைந்து நெளிந்தாள்.

நெளியும் அவள் உடல் அசைவுகளைப் பார்த்திருக்க முடியாதவனாய் நிமிர்ந்து அவன் முகம் பார்த்தேன். பாதி மூடிய கண்களில் சாந்தம் உறைந்திருக்க பாடலின் லயத்தில் ஆழ்ந்திருந்தான். ஒருமுறை அவன் தீண்டிட வேண்டி காலடி வந்து விழும் பாவையர் தவிப்பும் தகிப்பும் எட்டாதவனாய் நிற்கும் அவன் கோலம் மேலும் அவர்களை வெறிகொள்ள வைத்தது. தாருகா வனத்தின் அந்த விநாடிகள் இன்னும் கொஞ்சம் நீண்டிருந்தால் பச்சை மரங்களனைத்தும் பற்றியெரிந்திருக்கும். இலை கொடிகள் உருகியுதிர்ந்திருக்கும். அனைத்தையும் மௌனத்தில் ஆழ்த்தி அப்பாடல் நின்றது.

கண் திறந்தான் அவன். காணப் பொறுக்காது நான் தவித்தேன். இந்தக் குள்ளனை வேறு இன்னும் காணவில்லை?

காமம் கரையுடைத்த அக்கணத்தில் பலி கொள்ளும் பெருங்கூச்சலொன்று வெறிபூண்டு வந்தது. தாருகாவனத்து முனிவர் கூட்டம் நெற்றிக் கண் நெருப்பேந்தி அவனைச் சூழ்ந்தனர். நடுங்கி நின்றேன் நான். கொதிக்கும் முனி முகத்தில் தோல்வியின் ஆற்றாமைத் துடித்து நின்றது. தவத் திருக்களின் உடலிச்சையை உற்சவமாக்கி, பிறன்மனை நோக்கா பேராண்மை தலைகனத்தை விஷ்ணு மோகினியின் முலை நர்த்தனத்தில் அடகு வைத்த வெட்கமும் பொறுமலும் விரட்டியடித்திருந்தன. மோகினி அஸ்திரம் எய்திய சுடுகாட்டுச் சித்தன் பண்ணிசை வித்தையில் பத்தினியர் தொட்டு விளையாடக் கண்டதும் முனிகோலம் மறந்தனர். பெயரழித்தவன் உயிர் குடிக்க முனைந்தனர். ஆபிசார வேள்வியமைத்து ஆயுதமனைத்தும் ஏவினர். ஏவிய பூதப் படையும் பாம்பும், முயலகனும் மழு, மான், வெண்டலையும் புலி, அங்கி, பேய், சூலம் யாவையுமே பண்ணிசைத்தவன் விரிகரத்தில் அடைக்கலமாயின!

தோற்றுப்போய் திரும்பிய முனிவர்கள் கண்ணில் அவன் தொட்ட பத்தினியர் பட்டதும் கொள்கலன் காணா கோபம் திரண்டு சாபமாகி வெடித்தது. போர் நெருப்பும் சினம் திமிறும் சாபமும் நின்றெரிக்கும் அந்நிலத்தில் நிற்கத் தாளாமல் ஓட முனைந்த என்னை என் தலைபாரம் காலடியிருக்கக் கட்டளையிட்டது. குள்ளனைத் தேடினேன். எங்கு போய் தொலைந்தான் இவன்? சுற்றிலும் தேடினேன். குள்ளனைத் திசையெட்டிய வரையும் காணாமல் திரும்பினேன்.

அவன் சற்று தொலைவில் நடந்து கொண்டிருந்தான். தோளில் தொங்கிக் கிடந்த நீண்ட துணிப் பையிலிருந்து நிற ஜாலங்களை இறைத்த வளையல்களின் சிணுங்கலோசை தெருவை நிறைத்திருந்தது. தலைபாரம் கூடியிருந்தது. முனிகணங்களின் சாபத் தீட்டுக்களில் வனம் துறந்து நகர் பிறந்த பத்தினியர், கண்நிறைந்த அழகனின் கைவளையல் அணிந்திடக் காத்திருந்தனர். கைவளை நுழைந்து அவன் கை நீங்க, கரம் மெலிந்து வளை கழன்றன. இன்னும் சிறிதென கைவளையின் சுற்றுவட்டம் சிறுத்துக் கொண்டேயிருக்க என்

கால்கள் கடுத்தன. குறபூதமே, வந்துவிடப்பா! இவன் காம விளையாட்டை காணப் பொறுக்கவில்லை.

கோபுரங்கள் உயர்ந்த வானத்து நீலம் பிரகாசமாயிருந்தது. குள்ளனைத் தரதரவென்று இழுத்துக்கொண்டு வந்தார் அவர். தொங்கிப் போன முகமும். அழுத கண்களுமாய் அவனைப் பார்க்கவே பரிதாபமாயிருந்தது. “வாங்கு அதை...” கனத்த குரலில் அவர் கட்டளையிட என் தலைப் பாரத்தைக் குதித்து வாங்கிக் கொண்டான். நீண்ட வெண்தாடி முகத்தையே கண்கள் வெறித்திருந்தன. “நீ வா...” என்று என் கையைப் பற்றினார் அவர். சட்டென்று கரம் பற்றியிழுத்ததில் தடுமாறி விழுந்தேன் நான். கையை ஊன்றி எழ முயன்றேன். ஊன்றிய கை நழுவி நனைய நீர்ப்பரப்பில் முழுகிச் சுழன்றேன். தவிப்புடன் நீரில் அலைந்த கைகளை மறுபடி அத் திடக்கரம் பற்றியிழுக்க... விடுபட்ட உடல் தரையில் கிடந்தது. தடையற்ற சுவாசம் நடுக்கத்தைக் குறைத்திருந்தது. நாசியெங்கும் எரிச்சல். கண்களின் இருள் மயக்கம் முழுமையாய் விலகியிருக்கவில்லை. அந்த வெண்தாடி முகம் என் கண்களைக் கடந்து மறைந்தது.

2

தண்டவாள மணியொலித்ததும் பையன்கள் எல்லோரும் என்ன செய்வதென்று தெரியாமல் ஆசிரியரின் முகம் பார்த்தார்கள். அவருக்கும் அந்த நேரத்தில் மணியொலிப்பதின் பொருள் புரியவில்லை. மணிக்கட்டு கடிகாரம் ஓடிக் கொண்டிருப்பதை உறுதிப்படுத்திக் கொண்டார். தலைமை ஆசிரியர் ஒவ்வொரு வகுப்பறையாய் சொல்லிக்கொண்டே வந்தார்

“காவிரியில் வெள்ளம்... எச்சரிக்கை அறிவிப்பு வந்திருக்கு... பசங்களையெல்லாம் நேரத்தோட அனுப்பிடுங்க...”

அவரின் பதற்றம் ஆசிரியருக்கும் பற்றிக் கொண்டது. “பசங்களா... சீக்கிரமா வீட்டுக்குப் போங்கடா... ஆத்துப் பக்கமா யாரும் போயிறாதீங்க. நேரா வீடு போய் சேருங்க...”

நொடியில் சிதறினார்கள். காவிரி வெள்ளம் பற்றி ஆளாளுக்கு கற்பனை விரித்து ஓட்டமாய் நடந்தார்கள். ஒருக்கை கிராமத்திற்கு வேகமாய் நடந்து கொண்டிருந்த மூன்று பேர்களில் பெரியவனாயிருந்தவன் "வெள்ளத்தைப் பாத்துட்டுப் போலாமா..." என்றான். பொடியன் அவசரமாய் "வேண்டாம்... சீக்கிரமா வீட்டுக்குப் போலாம்..." என்றான். குரலில் பயம் தெரிந்தது.

"வீட்டுக்குத்தான்டா போறோம்... வழியில் பாலத்துக்கும் கொஞ்சம் முன்னாடி... புள்ளையார் கோயில் பக்கத்தல... ஆத்தங்கரையோரமா நின்னு பாத்துட்டு ஓடிரலாம்..." நம்பிக்கையுடன் சொன்னான் சாந்தாராம். மறுபேச்சில்லாமல் அவனைத் தொடர்ந்தார்கள் இருவரும். வேறு வழியில்லை. நாலரை கிலோ மீட்டர் நடந்து சேர்வதற்குள் இருட்டத் தொடங்கிவிடும். சாந்தாவோடுதான் வந்தாக வேண்டும் என்பதும் கட்டளை.

வெயில் மழுங்கடிக்கப்பட்டு பலவீனமாய் கிடந்தது. காற்று சீற்றத்துடன் மோதிக் கொண்டிருந்தது. பத்திரப்படுவதற்கு எல்லோரும் பதட்டமாய் ஓடத் தொடங்கியிருந்தார்கள். கோயிலை நெருங்கும்போதே நதியின் ஆக்ரோஷ சத்தத்தை கேட்க முடிந்தது. கரையுடைத்துப் பெருக்கெடுத்திருந்தது காவிரி. ஆற்றின் விகார முகம் மூவரையும் அச்சம் கொள்ள வைத்தது. காவிரியை இதுவரை இந்தக் கோலத்தில் பார்த்ததில்லை. குழையக் குழைய செம்மண் கலந்து, கதம்பமாய் குப்பைகளை சுழற்றியடித்துக் கொண்டு பாய்ந்தோடிக் கொண்டிருந்தது.

நடுங்கும் கால்களுடன் ஓடினார்கள். சந்திரநல்லூர் மொத்தமும் பாலத்தை நோக்கி விரைகிற மாதிரி நெரிசலாய் இருந்தது. பாலத்தில் போலிஸ் தொப்பிகள் தென்பட்டன. குறுக்குச் சட்டம் இறக்கிவிடப்பட்டு சிவப்புக்கொடி காற்றில் படபடத்துக் கொண்டிருந்தது.

"தண்ணி பாலத்தைத் தொட்டுப் போயிட்டிருக்கு... திடீர்ன்னு வெள்ளம் வந்தா பாலம் நிக்கறது சந்தேகம்... அதனால தண்ணி வடியற வரைக்கும் அந்தப் பக்கம் போக வுடமாட்டாங்க..."

சுந்தரமும் பொடியனும் அழத் தொடங்கிவிட்டார்கள். சாந்தாராம். என்ன செய்வதென்று புரியாமல் நின்றான்.

நன்றாக இருட்டிவிட்டது. காவிரியின் துள்ளும் ஓசையும் காற்றின் இரைச்சலும் பயத்தைக் கூட்டின. பெருத்தத் துளிகளாய் மழை விழத் தொடங்க கிடைத்த இடத்தில் ஒதுங்கத் தொடங்கினார்கள். அம்புலிச் சத்திரத்தில் கால் வைக்க இடமில்லாத நெரிசல். லாந்தர் விளக்குகளின் மஞ்சள் ஒளியில் முகங்கள் மழை ஓயும் தருணம் பார்த்திருந்தன.

புலம்பியழும் சிறுவர்களுக்கு சாந்தாராமின் சமாதானங்கள் போதுமானதாய் இருக்கவில்லை. வீடுபோய் சேர முடியுமா என்கிற பயம் அவனையும் தொட்டிருந்தது. வெள்ளம் வடியும் வரைக் காத்திருப்பதைத் தவிர வேறு வழியில்லை. ஊரிலும் மூவரும் வந்து சேராதது குறித்த பயமும் வெள்ளம் பற்றிய அபாய அறிவிப்பின் பதற்றமும் கூடுதலாயிருக்கும். உதவிக்கு வருவதும் முடியாத காரியம். பாலத்தின் அக்கரையிலும் கட்டாயம் போலிஸ் காவல் இருக்கும். யோசிக்க யோசிக்க பயம் அதிகரித்தது.

அழுகை சிணுங்கலாகிக் கசந்து சாய்ந்திருந்தார்கள் சுந்தரமும் பொடியனும்.

தலையை யாரோ தடவியதை உணர்ந்தவனாய் கண்களைத் திறந்தான் சாந்தாராம். தூணில் சாய்ந்திருந்தார் அந்த சாமியார். சுந்தரமும் பொடியனும் அவர் மடியில் சாய்ந்திருந்தார்கள். கட்டான உடல்வாகு, நீண்டு தொங்கும் கருந்தாடி, தாடிக்குள் அசையும் ருத்ராட்ச மாலை. நெற்றியில் சுடரும் நெருப்புப் பொட்டு. அவருடைய அருகாமை சாந்தாராமுக்கு ஆறுதலாயிருந்தது.

★

"கண்ணுகளா... எழுந்திருங்க..." அவர் குரலின் அழைப்புக்கு மறுப்பு சொல்ல முடியாமல் மூவரும் எழுந்தார்கள். கண்களைக் கசக்கிக் கொண்டார்கள். சுந்தரமும் பொடியனும் சாமியாரைப் பார்த்து விழித்தார்கள். தான் இன்னும் வீடு

போய் சேரவில்லையென்று தெரிந்ததும் பொடியன் விசும்பத் தொடங்கினான்.

“அழாதம்மா... அம்மாகிட்ட நான் கூட்டிட்டுப் போறேன்...” சாமியார் பொடியனின் முகம் துடைத்துவிட்டு தூக்கிக் கொண்டார். சுந்தரமும் சாந்தாராமும் பின்னால் நடந்தார்கள்.

விடிவதற்கான அடையாளங்கள் வசீகரமாயிருந்தன. ஈரக்காற்று இரவின் மழையை தேக்கியிருந்தது. காற்றின் பேயாட்டத்தில் ஓய்ந்து நின்ற மரங்கள் இலையுதிர்த்துக் களைத்திருந்தன. மாந்தோப்பையொட்டி இருந்த மண்பாதை வழியே ஆற்றங்கரையை அடைந்தனர். காவிரி ஆரவாரம் அடங்கி நகர்ந்து கொண்டிருந்தது. நேற்றைய அடாவடிக் காவிரியென்று சொன்னால் நம்ப முடியாதது போல், ஆனால் நிறைந்து புரண்டோடியது. தூரத்தில் இருட்டுக் கோடாய் தெரிந்த பாலத்தில் நடமாட்டம் தெரியவில்லை. ஒற்றை விளக்கின் அசைவு மட்டும் விளிம்பில் மின்னியது.

பொடியனை கீழே இறக்கிவிட்டார். நதியை நெருங்கி நீரைக் கையில் அள்ளிப் பார்த்துவிட்டு “ஆறு தூங்கிட்டு தானிருக்கு... வாங்க போயிரலாம்” என்றார்.

சாந்தாராம் சிரித்தான். பொடியன்களுக்கு அவரின் அழைப்பும் சாந்தாராமின் சிரிப்பும் புரியாமல் நின்றார்கள்.

‘‘என்ன சாமியாரே... இந்தத் தண்ணியில போறதா.. ஒரேயடியா போயிற வேண்டியதுதான்...” சாந்தாராம் சொன்னதும் லேசாக சிரித்தார் சாமியார். மரக்கிளை குருவிகள் படபடத்து அடங்கின.

“வெள்ளம் வடியறதுக்கு மத்தியானத்துக்கு மேல் ஆயிடும்... அதும் நிச்சயமா சொல்ல முடியாது... இப்பவே உங்கம்மாவுக்கெல்லாம் உசுரு போயி வந்திருக்கும்... நான் சொல்றதாக் கேட்டீங்கனா... பத்தரமா வீடு போய் சேரலாம். ஆறு முழிச்சுருச்சுனா அப்பறம் கஷ்டம்...”

அம்மா என்றதும் பொடியனின் அழுகை தொடங்கிவிட்டது. சாந்தாராமுக்கும் கூட அம்மாவைப் பற்றிய எண்ணம் கவலையைக் தந்தது. மூவரும் சம்மதித்து தலையசைத்தார்கள்.

"இதப் பாருங்க... அந்தப் பக்கமா போய் சேர்ற வரைக்கும். யாரும் எதும் பேசக் கூடாது... புரியுதா... எதும் சத்தம் வந்துச்சுன்னா ஆறு முழிச்சுக்கும்..." என்றவர் பொடியனைத் தூக்கி தோளில் உட்கார்த்தினார். சுந்தரத்தை இடது கையில் இருத்திக் கொண்டவர் நிதானித்து பின் வலது கையில் சாந்தாராமையும் தூக்கிக் கொண்டார். மூவரும் நம்ப முடியாதவர்களாய் அவரைப் பார்த்தார்கள். மூன்று பேர்களை சுமந்து நிற்பவராய் தெரியவில்லை.

"சொன்னது ஞாபகமிருக்கட்டும். எந்தச் சத்தமும் வரக்கூடாது." மீண்டும் எச்சரித்துவிட்டு கண்களை நிலைப்படுத்தினார். உடல் இறுகியது. மூச்சை உள்ளிழுத்தார். முதலடியை நிதானத்துடன் வைத்தார். இரண்டொரு நொடிகள் தாமதித்து பின் ஊன்றினார்போல் வலது காலைத் தாங்கி இடது காலை நதிப் படுகையில் வைத்தார். நான்கைந்து அடிகள் நடந்து நகரும்வரை மூவருக்கும் எதுவும் புரியவில்லை. நிறைந்த நதி அவர்களை நனைக்கவில்லை. சாந்தாராம்தான் முதலில் கவனித்தான். நம்ப முடியாதவனாய் கண் சிமிட்டிப் பார்த்தான். சாமியார் உறுதியாய், நிதானமாய் நடந்து கொண்டிருந்தார். பயம் தொண்டையை அடைத்தது. கை கால்கள் வெடவெடத்தன. சுந்தரத்திற்கு கனவில் மிதப்பது போலிருந்தது. சாமியாரின் கால்களையே தாழ்ந்த கண்களில் வெறித்திருந்தான். பொடியன் கண்களை இறுக மூடி அவர் கழுத்தை இறுகப் பற்றி உட்கார்த்திருந்தான். அவன் முகம் பொங்கியிருந்தது.

ஓங்கிக் கத்த வேண்டும் போலிருந்த ஆர்வத்தை சாமியாரின் எச்சரிக்கை தடை செய்தது. பொன்னிற இளம் கதிரொளியில் மின்னத் தொடங்கியிருந்த நதி அவரின் காலடியில் கம்பளமாய் விரிந்து கிடந்தது. அவசரமற்ற கால்கள் ஓடும் நதி மீது பிசகாது அடியெடுத்து நடந்தன.

காற்றில் அசைவற்று நீந்திக் கொண்டிருந்த பறவைக் கூட்டம் சாமியாரைப் பார்த்ததும் படபடத்து மறைந்தன.

மறு கரையடைந்ததும் சாந்தாராம்தான் முதலில் கரை மணலில் குதித்தான். சுந்தரமும் பொடியனும் இறங்குவதற்குள் சாந்தாராம் நதியை நெருங்கி அதன்மீது நடக்கும் உத்தேசத்துடன் கால் வைத்தான். நழுவி குபீரென்று விழுந்து நனைந்தான்.

“ஆறு முழிச்சுக்கிச்சு...” நனைந்த உடல் தடவிச் சிரித்தான். சுந்தரமும் பொடியனும் இமைக்க மறந்து சாமியாரையும் நதியையும் மாறி மாறிப் பார்த்துக் கொண்டிருந்தார்கள்.

சாந்தாராம் அவரை நெருங்கி பாதங்களைத் தொட்டான். லேசான ஈரமும் குளிர்ச்சியும் கைகளைச் சுட்டன.

3

அப்பாவும் நானும் மௌனமாய் உட்கார்ந்திருந்தோம். அவரவர் பயணங்களில் கால் நனைத்த நதியின் ஈரம் பாதங்களில் மிச்சமிருந்தது. சொற்களுக்குள் சிக்காத அனுபவச் சரடுகளை அதனதன் சிமிழ்ப் பரப்பில் இருத்திவிட்ட மௌனம் ரீங்கரித்து அலைந்தது. காலப் பெருவெளியின் காட்சித் தருணமொன்றில் தூசியைத் துடைத்தெறிந்துவிட்டு எதிரெதிர் கரை நின்ற அவ்வுருவங்கள் இரண்டும் கரைந்து ஒன்றிணைந்தன. பிறிதொரு கரையில் காத்திருக்கும் அவனைக் கண்டடையும் முனைப்பில் நீரலைத் தொட்டு மறைந்த அந்நொடியில் அப்பா என் முகம் பார்த்தார், “பத்து வயசில் நான் பார்க்க வாய்ச்சதை நீ முப்பது வயசுல பாத்திருக்கே...” இடைவெளியில் துடிக்கும் நொடிப் பொழுதுகள் ஆழங்களை நிரப்பும் அவசரத்திலிருந்தன. “ஒரு வேளை... உன் மகன் ஆயுசு முழுக்கக் காத்திருக்கணுமோ என்னவோ...” பொங்கியோடும் காவிரி மேல் நடந்த கால்களும் பொற்றாமரைக் குளத்தில் என் கைப்பற்றியிழுத்த கரங்களும் கொண்டவரின் முகம் காண கண் மூட நினைத்தவன் அப்பாவைப் பார்த்தேன். அவரது கண்களும் முகம் தேடி மூடியிருந்தன.

(2000)

9
தோஷம்

முதல் பட்டாசுச் சத்தம் காதில் விழுந்தபோதே பாலு விழித்துக்கொண்டான். கண்ணகி நகரிலோ காலனியிலோ அந்தப் பட்டாசு வெடிக்கவில்லை. கும்மென்று நிலமதிர வெடித்தது என்றாலும் பக்கத்தில் இல்லை. அநேகமாய் காட்டன் மில் அருகில் அல்லது கொங்கு நகரில் வெடித்திருக்கும். பாலு எழுந்து உட்கார்ந்தான். தறிக்கூடத்தில் தாத்தாவின் தறியிலிருந்த மடுப்பு மட்டும் இன்னும் சுற்றி வைக்கப்படாமலிருந்தது. மடுப்புக்கும் தார் ராட்டைக்கும் நடுவிலிருந்த இடத்தில்தான் பாலு படுத்திருந்தான். அமாவாசை இருட்டு கூடத்தையும் வாசலையும் ஒன்றுபோல் கடும் இருளில் மூடியிருந்தது. தாத்தா வாசலில் படுத்திருப்பார். ஒரு சிறு அசைவுக்கும் சட்டென்று "யாரு?" என்று ஓங்கிக் குரல் கொடுப்பார். அவருடைய பாயின் இடது பக்கத்தில் திண்ணைச் சுவரையொட்டி நீண்ட தடி ஒன்றை வைத்திருப்பார். அவர் தடியூன்றி நடப்பவரல்ல. ஆனாலும் எல்லா நேரத்திலும் அது அவர் கைக்கெட்டிய தொலைவிலேயேதான் கிடக்கும். அவர் கைபழகிய வழுவழுப்பு அந்தத் தடியில் மினுமினுப்பதைப் பார்ப்பதற்கு பயம் கொடுக்கும்.

இருட்டில் கண் பழகியதும் பாலு மெல்ல எழுந்து வாசலில் இறங்கினான். அதற்குள்ளாகவே பட்டாசுச் சத்தங்கள் எல்லா பக்கங்களிலிருந்தும் கேட்கத் தொடங்கியிருந்தன. தாத்தாவை

ஒருதரம் உற்றுப் பார்த்தான். இடதுகையை தலைக்குக் கொடுத்துப் படுத்திருந்தார். நீண்ட கால்கள் சற்றே மடிந்திருக்க அவரது உயரம் இப்போதுகூட அபாரமாக இருந்தது. அவரைத் தாண்டி வாசல் பக்கம் வந்தான். ராஜாவின் வீட்டு வாசலில் விளக்கெரிந்தது. ஆனால் இன்னும் அவன் பட்டாசு விடத் தொடங்கவில்லை. மேற்குப் பக்கமாய் நடவை வீட்டில் ராதாகிருஷ்ணன் பட்டாசுக் கட்டைப் பிரித்துக்கொண்டிருப்பது தெரிந்தது. அவன் எட்டாம் வகுப்பு படிக்கிறான். புதுச் சட்டையும் பேண்டும் இங்கிருந்து பார்க்கும்போதே பளபளத்தது. அவன் வைத்த முதல் வெடி தெருவதிர வெடித்தது. அநேகமாய் 'செங்கோட்டை'யாகத் தானிருக்கும். அந்த ஓசை பாலுவின் கால்களை இழுத்தது. நடவை வீட்டுப் பக்கமாய் போகலாம் என்று திரும்பியபோது தாத்தாவின் குரல் முதுகைத் தாக்கியது. "யாரது?". பாலு சட்டென்று திரும்பி திண்ணைக்கு ஓடினான். "நாந்தா தாத்தா. ஒண்ணுக்குப் போனேன்" என்றவாறே பாயில் சரிந்து படுத்தான்.

"ஒனக்கு உனி படுத்திருக்கமுடியாதே. பொச்சுல தெனாசு பூந்தமாரி நெளிஞ்சுட்டுத்தான் கெடப்பே." தாத்தா பற்களை நெறித்தவாறே முனகினார்.

மூச்சுவிடாது படுத்துக்கொண்டான் பாலு. இனி கொஞ்ச நேரத்துக்கு தாத்தாவின் முனகல் பற்களை நெரிக்கும் கடூரமான ஓசையுடன் கேட்டுக்கொண்டுதானிருக்கும். அவர் இனி தூங்கமாட்டார். பாலுவுக்கு கோபமாய் வந்தது. எல்லோருடைய வீட்டிலும் இதோ தீபாவளி வந்துவிட்டது. ஆனால் இங்கே மட்டும் நோம்பி இல்லையாம். இன்றைக்கு வழக்கமான அமாவாசையன்று எழுந்துகொள்ளும் நேரத்தில்கூட யாரும் எழுந்துகொள்ள மாட்டார்கள். எட்டு மணிக்கு மேல்தான் குளிப்பார்கள். அம்மாவும் அதற்குப் பிறகுதான் அடுப்பு மூட்டுவாள். "நமக்கெல்லாம் தீவாளி நோம்பி கெடையாதுடா. நேரத்துல குளிக்கக்கூடாது. புதுத்துணி போடக்கூடாது. பலகாரஞ் செய்யக்கூடாது. பட்டாசு வெடிக்கக்கூடாது. அதெல்லாம் அந்தக் காலத்துலேர்ந்தே இப்பிடித்தான்" என்று அம்மா ஒரு பாட்டுப் பாடுவாள். பழங்கதை ஒன்றை சொல்லுவாள். குலத்திற்கு நேர்ந்த தோஷம் பற்றியும்

அதனால் தீபாவளியையேக் கொண்டாடக்கூடாது என்று புறக்கணித்தக் கதையையும் அவள் சொல்லும்போது ஆர்வமாய் கேட்க முடிந்தது. ஆனால் கதையின் முடிவாக தீபாவளியும் புதுத்துணியும் பட்டாசும் கிடையாது என்று அவள் சொல்லி நிறுத்தும்போது மட்டும் அவனால் அந்தக் கதையை ரசிக்க முடியாது.

தாத்தா எழுந்து கைத்தடியை எடுத்துக்கொண்டு முரட்டுச் செருப்பை அணியும் சத்தம் கேட்டது. மெல்ல தலை நிமிர்த்திப் பார்த்தான். "படவா, எந்திரிச்சி வாசலுக்கு வந்தே.. கால முறிச்சுறுவேன். பேசாம கெட..". கைத்தடி இருட்டில் சுழன்று இறங்கியது. கண்ணை இறுக மூடிக்கொண்டான் பாலு.

அடுத்தவீட்டு ராஜாவின் குரல் தெருவில் கேட்டது. பட்டாசுவிடத் தொடங்கிவிட்டான். இனி எட்டு மணி வரைக்கும் ஓரே சிரிப்பும் சத்தமுமாகத் தானிருக்கும். நிமிடத்திற்கொருதரம் கும்மென்று ஓசை கிளம்ப வாசலெங்கும் பட்டாசுத் தாள்கள் சேர்ந்து கொண்டேயிருக்கும். தாத்தா வெளிக்குப் போயிருக்கிறார். அவர் வந்து சேர இன்னும் நேரமாகும். பாலு மெல்ல எழுந்தான். வாசல் பக்கமாய் வந்தான். மருதாணி மரத்தையொட்டி நின்று எட்டிப் பார்த்தான்.

பட்டாசு வெடித்தவுடன் கிளம்பும் மருந்தின் நெடி புகையுடன் சூழ்ந்திருந்தது. முந்தாநாளே ராஜாவின் அப்பா கோயமுத்தூரிலிருந்து பட்டாசு வாங்கி வந்துவிட்டார். ஒவ்வொரு புதன் கிழமையும் அவர் நெய்துமுடித்த சேலைகளை மடிப்பலகைகளுக்கு நடுவில் வைத்து இறுகக் கட்டி கோயமுத்தூருக்குக் கொண்டுபோவது ஒரு பெரிய விசேஷமாகவே ராஜாவின் வீட்டில் நடக்கும். இந்த புதன்கிழமை போனபோதே பட்டாசு வாங்கிவந்துவிட்டார். ராஜா எண்ணெய் தேய்த்துக் குளித்திருந்தான்.

தீபாவளியன்று காலையிலேயே தலையில் எண்ணெய் தேய்த்துக் குளித்துவிடுவார்களாம். ராஜாவுக்கு மூன்று அக்காக்கள். எல்லோரும் வரிசையாக உட்கார அவனுடைய அம்மா தலையில் எண்ணெய் வைப்பார்களாம். பிறகு

அரப்புப் போட்டுத் தேய்த்துக் குளித்தவுடன் புது சட்டையும் டிரவுசரும் போட்டுக் கொள்வான். புதுச் சட்டையின் மணமே விநோதமான ஆசையைக் கிளர்த்தும்.

இப்போது அவன் நீல நிறத்தில் ஒரு சட்டை அணிந்திருந்தான். புதுசுதான். நடராஜ் டெய்லரிடம் வாங்கிக் கொண்டுவந்தபோது பாலு அதைத் தொட்டுப்பார்த்தான். நைசாக இருந்தது. நீல நிறத்தில் பாய்மரங்கள் போட்ட சட்டை. பட்டாசுக் கட்டு திண்ணையில் இருந்தது. ஊதுபத்தி ஒன்று அவன் கையில் தீங்கங்குடன் பளபளத்தது. ஒவ்வொரு பட்டாசாக எடுத்து திரியைக் கிள்ளி நடு வீதியில் வைத்துவிட்டு இரண்டு பக்கமும் பார்த்தான். யாரும் வரவில்லை என்று தெரிந்ததும் ஊதுபத்தியை ஒரு தரம் ஊதி தீக்கங்கு சுடர்ந்ததும் திரியில் பற்றவைத்தான். கிள்ளப்பட்டபின் வெளியே நீட்டிக்கொண்டிருக்கும் கறுப்புத் திரி தீக்கங்கு பட்டதும் பற்றிக்கொண்டது. சட்டென்று அவன் பின்னகர்ந்துகொள்ள சில நொடிகளில் அந்தப் பட்டாசு அதிர்ந்து வெடித்துச் சிதறியது. லட்சுமி வெடி, செங்கோட்டை, ஊசிப் பட்டாசு என்று விதவிதமான வண்ணங்களில் பட்டாசுகள் விதவிதமான ஓசைகளுடன் வெடித்துச் சிதறியபடியிருந்தன. இப்போது வீதியில் பட்டாசுத் தாள்கள் சேர்ந்துவிட்டன. சிவப்பும் பச்சையும் செய்திதாள் துண்டுகளுமாய் கிடக்கும் அந்தத் தாள்களின் அளவை வைத்துத்தான் ஒவ்வொரு வீட்டிலும் எத்தனை பட்டாசு வெடித்திருக்கிறார்கள் என்று கண்டுபிடிக்கலாம். ராஜாவுடைய அக்காக்கள் மத்தாப்பு கொளுத்தினார்கள். சாட்டையும் சங்குச் சக்கரங்களும் சீறிக்கொண்டு ஒளியுமிழ்ந்தன. ஈரத் தலையை முடிந்துகொள்ளாமல் துவட்டிய துண்டை அப்படியே சுருட்டிக் கட்டியபடி புதுச் சேலையணிந்து மத்தாப்பையும் சங்கு சக்கரத்தையும் கொளுத்திக் கொண்டிருந்தார்கள். பட்டாசெல்லாம் ராஜாவுக்கு மட்டுந்தான். பெரிய பெட்டி நிறைய எடுக்க எடுக்க வந்து கொண்டேதானிருந்தது.

"இங்க நின்னுட்டு என்னடா பண்றே?" அம்மாவின் குரல் அவன் பிடரியில் தாக்கியது. திரும்பிப் பார்த்தான். தலையை முடிந்துகொண்டு அவனருகே வந்தாள். அப்போதுதான் எழுந்துகொண்டிருக்கவேண்டும்.

“சத்தமா இருந்துச்சு. அதான்..” என்று சோம்பல் முறிப்பது போல அவளைப் பார்த்தவாறே திண்ணைக்கு நகர்ந்தான். மருதாணி செடியின் அடியிலிருந்த சீமாரை எடுத்து உள்ளங்கையில் அதன் அடிப்பாகத்தைத் தட்டிக்கொண்டு வாசலைப் பெருக்கத் தொடங்கினாள். “வெடியால மூஞ்சி கூட கழுவாத வேடிக்க பாக்க வந்துட்டியா. நின்னுட்டே இரு. உங்க தாத்தன் வந்து பல்ல கடிச்சுட்டு திட்டு வாங்கினாத்தான் உனக்கு நெறையும்.” வாசலைப் பெருக்கியபடியே அவள் சொன்னது எப்படியும் பட்டாசு விட்டுக்கொண்டிருக்கும் பையன்களின் காதுகளில் விழுந்திருக்கும். பாலு திண்ணையில் சுருண்டு படுத்துக்கொண்டான். வெடிக்கும் ஒவ்வொரு பட்டாசுச் சத்தமும் அவனைப் பார்த்து கைதட்டி சிரிப்பது போலிருந்தது. இறுக மூடிக்கொண்டிருந்த கண்களிலிருந்து கண்ணீர் வழிந்தது.

★

“என்னத்த தோஷங்கழிக்கறானுங்களாம். வேல வெட்டியில்லாத” தாத்தா கருவேலங்குச்சியை திண்ணையின் நுனியில் வைத்து குண்டாங்கல்லால் இரண்டு தட்டித் தட்டினார். கருவேலங்குச்சி இனி பல்லில் கடிக்க தோதாக இருக்கும். கடிபட்டு நார் இளகியவுடன் பல்தேய்ப்பது சுலபமாகவும் ருசியாகவும் ஆகிவிடும். வேலங்குச்சி தாத்தா நேற்றுதான் வந்துவிட்டு போயிருந்தார். பொம்மநாயக்கன்பாளையத்திலிருந்து பத்துமணிவாக்கில் தலையில் வேலங்குச்சி கட்டோடு மெதுவாக நடந்து வருவார். உயரமான உடல்வாகு. கருத்த மேனி. காதில் ஒரு பழம்கடுக்கன். காலில் முரட்டுச் செருப்பு. தண்ணீர் குடிக்கும்போதும் எச்சில் விழுங்கும்போதும் அவரது தொண்டைக்குழி உள்ளமிழ்ந்து மீள்வதைப் பார்க்க பாலுவுக்கு பயமாயிருக்கும். தாத்தா எப்போதும் இரண்டு கட்டு பல்லுக்குச்சி வெட்டச் சொல்லுவார். நீண்ட வேலங்குச்சியின் நுனிப் பகுதியை சற்றே நறுக்கிவிட்டு ஒரு பென்சில் அளவு நீளத்துடன் பல்லுக்குச்சிகளை நறுக்கிப் போடுவார். அரிவாளால் நறுக்கும்போது பச்சையான வேலங்குச்சியின் மணம். ஒரு கட்டுக்கு பத்துக் குச்சிகள். அடிக்குச்சியின் நாரை உரித்து இரண்டு கட்டுகளாகக் கட்டுவார். தாத்தா வேட்டி மடியிலிருந்து சில்லறைகளை தந்தவுடன் பாட்டியிடம் ஒரு

சொம்பு தண்ணீரை வாங்கிக் குடித்துவிட்டு வேலங்குச்சிக் கட்டுடன் நடக்கத் தொடங்கிவிடுவார்.

தாத்தா வாய் கொப்பளிப்பதற்காகக் காத்திருந்தார் அப்பா. அவரிடமிருந்து இப்படித்தான் பதில் வரும். இருந்தாலும் ஒரு வார்த்தை சொல்லாமல் போகக்கூடாது என்பதற்காக நின்றிருந்தார். அப்பா இன்னும் குளித்திருக்கவில்லை. சவுண்டியம்மன் கோயிலில் கூட்டமாம். கொடியில் கிடந்த துண்டை எடுத்து முகத்தைத் துடைத்தவர் கிழக்காக நின்று சூரியனை ஒரு தரம் பார்த்து கைகூப்பினார்.

“இத்தன வருஷமா தோஷங் கழிக்கணுன்னு எங்க ஒருத்தருக்கும் நெனப்பு வந்ததில்ல. இப்ப புதுப்பணக்காரங்களுக்கு பவுசு வந்துருச்சா. நோம்பி கும்படணும். அதுக்கு ஒரு கூட்டம். தோஷநிவர்த்தி பூசை. எல்லா நீங்களே பண்ணுங்க. நா எங்கயும் வரலே.. பூசை பண்ணுங்க.. நோம்பி கும்புடுங்க.. ஆனா நா இருக்கற மட்டும் நம்ம வீட்டுல எதுவும் பண்ணக்குடாது. சொல்லிட்டேன். அப்பறம் அவங்க அவங்க இஷ்டம்” தாத்தாவின் குரல் இறுகியிருந்தது.

“நம்மவீட்டுல கும்படறதும் கும்படாததும் பிரச்சினையில்ல. நம்ம கொலத்துல மத்த பங்காளிங்க வேணுங்கறாங்க. கூட்டத்துக்கு போகாட்டி நல்லாருக்காது. போயி என்னதான் சொல்றாங்கன்னு கேட்டுட்டு வரேன்.” தார்க்குச்சிகளில் மீதியிருந்த ஜரிகை இழைகளை உருவிப் போட்டபடியிருந்த தாத்தாவிடம் சொல்லிவிட்டு அப்பா வெளியில் நடந்தார்.

தாத்தாவின் பிடிவாதமும் இறுக்கமும் சமீப நாட்களில் பாலுவுக்கு பழகிப்போனவை. பற்கள் நெரிபட நெற்றி நரம்புகள் புடைத்தசைய முனகத் தொடங்கியிருந்த அவருடைய முகத்தைப் பார்க்க பயமாக இருந்தது. “தொம்”மென்று ஒரு பட்டாசு வெடித்து நிலம் அதிர்ந்தது. தாத்தாவின் உடல் நடுங்கிற்று. பாலு காதைப் பொத்தியபடி அவரையே பார்த்துக்கொண்டிருந்தான்.

★

மஞ்சள் வெயிலில் மண் பாதை தகதகத்துக் கிடந்தது. கால் தடங்களிலிருந்து மெல்ல எழுந்த புழுதி பொன்வண்ணம் கொண்டு

மிதந்து அடங்கியது. கூட்டுவண்டிக்கு முன்னால் கால்களை வீசிப்போட்டு கூன் விழுந்தாற்போல முதுகைத் தணித்தபடி நடந்துகொண்டிருந்தார் பெரியதாத்தா. இடது கையிலிருந்த கைத்தடி காற்றில் அசைந்து அவரது நடைக்கு வேகம் கூட்டியது. நல்ல உயரமான உடல்வாகு. கனத்த துளைகளுக்கிடையே கடுக்கன்கள் துள்ளி அசைந்தன. தாத்தாவுக்கு பின்னால் நாலடி தூர இடைவெளியில் சின்னதாத்தா, பெரியப்பா, மாமா என்று நாலு ஆம்பிளைகள். எல்லோருடைய கையிலும் நீண்ட கம்பு இருந்தது. கணுக்காலளவு வேட்டி காற்றில் படபடக்க தோளில் கிடந்து மேல் துண்டினால் முகத்தைத் துடைத்தபடி தாத்தாவைப் பின்தொடர்ந்து போயினர். ஓரிருவர் தோள் துண்டை தலையில் முக்காடிட்டிருந்தனர்.

கூட்டு வண்டிக்குள்ளிருந்து அக்கம்மா கிழவி வழிப்பாட்டு பாடிக்கொண்டிருந்தாள். கரகரப்பான அவளது ஓங்கிய குரல் பாதையின் இருமருங்குமிருந்த அடர்ந்த மரங்களிலிருந்த பறவைக் கூட்டங்களை கலைத்துப் பரவவிட்டது. அவளாகவே சொற்களை கோர்த்து பாடிக்கொண்டேயிருப்பாள். வண்டிக்கு மேலேயும் அடியிலும் சாமான்களைக் கட்டி ஏற்றிக் கொண்டு அதிகாலையில் புறப்பட்டதிலிருந்து அவள் குரல் ஓய்ந்தபாடில்லை. அவளுக்குப் பக்கத்தில் உட்கார்ந்திருந்த அம்மாகண்ணு ரெண்டொரு தடவை சொல்லிப்பார்த்தாள். குழந்தை தூங்குகிறாள், தொண்டை வலிக்கும் போதும் என்றெல்லாம் சொன்னதை அவள் பொருட்படுத்தவே இல்லை. பாடிக் கொண்டேதானிருந்தாள். மடியிலிருந்த துளசிக்கு ஒன்றரை வயதுதான். பாடும்போது காதிலாடும் கம்மல்களை வேடிக்கைப் பார்த்துக்கொண்டு மழலை பேசுகிறது. பின்னால் கால்களைத் தொங்கப்போட்டு உட்கார்ந்திருக்கிற சோரம்மாள் முணுமுணுத்தபடியே வருகிறாள். அக்கம்மாவின் அதிகபிரசங்கித்தனம் சுத்தமாய் பிடிக்கவில்லை. புகையிலையைக் கிள்ளி கடைவாயில் அமுக்கிக்கொண்டு முணுமுணுத்துக்கொண்டே இருக்கிறாள். பேசாமல் ரெண்டாவது வண்டிக்குப் போய்விடலாம் என்று அவளுக்கு ஒரு எண்ணம். ரெண்டாவது வண்டியில் ஒரே கும்மாளமாயிருந்தது. எல்லாம் கல்யாணமாகாத இளசுகள். விடுகதை சொல்லிக்கொண்டும் கேலி பேசிக்கொண்டும் வருகிறார்கள். உச்சிப்பொழுதின்போது

வெள்ளியூர் விலக்கில் வாய்க்காலையொட்டியிருந்த ரெட்டை ஆலமரத்தடியில் வண்டிகள் நிறுத்தப்பட்டன. வெளிச்சம் மின்ன சன்னமாய் நகர்ந்தோடிய வாய்க்கால் நீரில் முகம் கழுவினார்கள். கட்டுச்சோத்துப் பொட்டலம் பிரிக்கப்பட்டு ஆளுக்கொரு உருண்டை தரப்பட்டது. உரித்த வெங்காயத்தை கடித்துக்கொண்டு கரைத்த சோளச் சோற்றை வயிறு முட்டக் குடித்தார்கள். மாடுகள் தண்ணீரில் புரண்டுவிட்டு கரையில் அடர்ந்து கிடந்த புல்லை மேயத் தொடங்கியிருந்தன. ஆலாமரத்தின் தாழ்வான கிளையில் கட்டிய தொட்டிலில் துளசி ஆனந்தமாய் தூங்கிக்கொண்டிருந்தாள். ஆலாமரத்தையொட்டி நின்ற வேங்கை மரத்தில் முரட்டு முல்லைக்கொடி பூத்துக் கிடந்தது. பெண்கள் ஒவ்வொருவரும் முல்லைகளை மடி நிறைத்தார்கள். இப்போது முல்லைகளை தொடுத்தபடிதான் இத்தனை கும்மாளமும்.

சிறுமுகைக்கு போய்ச்சேரும்போது நாளை பொழுது விடிந்துவிடும். முதல் நாள் விடிகாலையில் வண்டிகட்டிக்கொண்டு புறப்பட்டால் மறுநாள் அதே நேரத்தில் போய்சேர்ந்துவிடலாம். சிறுமுகை சௌண்டம்மன் பண்டிகை சாட்டு பதினாறு நாள் நடக்கும். அந்த சிறு கிராமத்தின் தெருக்களில் சனங்கள் நெரிந்து பிதுங்கும். ஆற்றங்கரையின் இரு மருங்கிலுமுள்ள பெருமரங்களின் நிழலில் வண்டிகள் ஓய்வெடுத்திருக்கும். தெருக்கூத்தும் கரகாட்டமும் பொம்மலாட்டமுமாய் இரவுகள் நீண்டிருக்கும். சகல ஊர்களிலிருந்தும் சனங்கள் வண்டி கட்டிக்கொண்டு வந்து இறங்கிவிடுவார்கள். தாவணி கட்டிய பெண்களின் சிரிப்பும் கும்மாளமும் பவானி ஆற்றின் இரு கரைகளையும் தொட்டோடியிருக்கும். குமரிப் பெண்களுக்கு அம்மன் பண்டிகையின்போதுதான் திருமணம் முடிவாகும். முதல் வருஷ திருவிழாவிற்கு தாவணிபோட்டுக்கொண்டு வந்தவள் இரண்டாம் வருஷத் திருவிழாவில் "என்ன பாவா சௌக்கியமா?" என்று இடுப்பில் ஒன்றும் வயிற்றில் ஒன்றுமாய் இருத்திக்கொண்டு அடையாளம் தெரியாதபடி பெருத்து நிற்பாள். அவரவர் வீட்டு அடுப்பாங்கரையையும் தறிக்கூடத்தையும் தவிர வேறிடம் தெரியாத பெண்களுக்கு சிறுமுகைத் திருவிழாதான் வெளியுலகத்தைக் காட்டும்.

இல்லாமையையும் கவலைகளையும் வீட்டுக்குள் போட்டு பூட்டிவிட்டு வேறு மனுஷிகளாய் அவர்கள் வாழ்வது இந்த நாட்களில்தான். அசலூர் வாலிபர்கள் கால் ஓயாமல் சிறுமுகையின் சந்து பொந்துகளிலெல்லாம் அலைந்து தாவணிப் பெண்களை நோட்டம் விடுவார்கள். அலைந்த கால்கள் மறுபடியும் ஊர்திரும்பி வாட்டம் போடும்போதுதான் வலியைக் காட்டும். அம்மாக்கண்ணுவிற்கு இந்தத் திருவிழாவில்தான் மாப்பிள்ளை முடிவாகி கல்யாணமானது. இப்போது குழந்தையுடன் வண்டிக்குள் இருக்கிறாள். இரண்டு நாள் பயணத்தில் வண்டிகள் ஓடிக்கொண்டேதானிருக்கும். மதிய வேளையில் வெள்ளியூர் விலக்கில் இருக்கும் ரெட்டை ஆலமரத்தடியில் மதியம் கொஞ்சம் ஓய்வெடுக்கலாம்.

பொழுது குமுறிக்கொண்டு வந்தது. மங்கிப் போயிருந்த வெயில் கோபித்துக்கொண்டதுபோல் காற்றில் ஏகமாய் வெம்பல். பெரியதாத்தா தலையைத் தூக்கி வானம் பார்த்தார். ஒளி மங்கிய வானத்தில் மேகங்கள் கறுத்திருந்தன.

“மழை வந்துரும்போலிருக்கே பொன்னா..” பெரிய தாத்தா சொன்னதைக் கேட்டு பொன்னையன் கூர்ந்து வானம் பார்த்தார்.

“அப்புடித்தான் தெரியுது முருகா.. கொஞ்சம் வெரசலா போனா மங்கலம் சத்திரத்துக்குப் போயிரலாமா..” இடுப்பு வேட்டியிலிருந்த பொடி மட்டையிலிருந்து கொஞ்சம் பொடியை மூக்கில் ஏற்றிக்கொண்டார் பொன்னையன்.

“ம்..ம்” முருகய்யனின் நடையில் வேகம் கூடியது. காளைகளின் கழுத்து மணியோசையில் கதி கூடியது. காற்றில் வெம்பல் அடங்கி லேசான மழைவாடை. தொலைவில் பெய்யும் மழையின் ஈரம் மங்கிய பொழுதிற்கு குளுமையேற்றியது. “மழ வருதுக்கா..” “ஏய் மழ வருதுடீ” என்று வண்டிக்குள்ளிருந்து குரல்கள் கலகலத்தன. வண்டிகளுக்குப் பின்னால் வந்துகொண்டிருந்த ஈசனும் வெங்கிட்டானும் முன்னால் ஓடிவந்தார்கள்.

“என்னப்பா, மழ பெருசா வருது போலிருக்கே..” ஈசன் பெரியதாத்தாவிடம் கேட்டான்.

மழையின் பெரும் துளியொன்று பெரியதாத்தாவின் கருத்து மினுக்கும் தலைமேட்டில் விழுந்து தெறித்தது. கனமான துளி. செம்மண் தடத்தில் துளிகள் புழுதியைக் கிளப்பியபடி சடசடவென்று இறங்கின. நிலத்தின் வெப்பமும் துளியின் ஈரமும் கலந்த மண் மணம் திரண்டது. காற்றின் வேகம் கூடியிருந்தது. மரக்கிளைகள் காற்றில் அலைந்தன.

“வெரசலா ஓட்டுங்கடா வண்டிய.. அதா அந்த முக்கு திரும்புனா ரெண்டு பெரிய ஆலாமரங்க இருக்கும். அதுக்குங்கீழ ஒதுங்கிக்கலாம்.. ஈசா.. ஓடு” பெரிய தாத்தா இப்போது பாதையில் ஓடத்தொடங்கியிருந்தார். கருத்த அவரது தேகத்தில் மழைத் துளிகள் ஆவேசத்துடன் மோதின. இடுப்பு வேட்டியை சுருட்டிக் கட்டியிருந்தார். நீண்ட கால்களை தாவி வைத்து முருகய்யனும் ஓட்டமும் நடையுமாய் பெரியதாத்தாவைப் பின்தொடர்ந்தார். காளைகள் முதுகில் விழுந்த கனத்த மழைத் துளிகளால் சற்றே சுணங்கின. வண்டியோட்டிகள் தார்குச்சியால் குத்தி காளைகளை வேகப்படுத்தினர்.

நொடியில் பொழுதின் நிறம் முற்றிலும் சாம்பல் திரண்டு எங்கும் மழையின் வண்ணம் அடர்ந்தது. தொலைவானில் நொடிக்கு நொடி மின்னல் வெட்டி மறைந்தது.

ஈசானும் வெங்கிட்டானும் ஆலாமரங்களுக்கடியில் வண்டிகள் ஒதுங்க தோதாக இடம் பார்த்திருந்தார்கள். பெரிய மரத்தை சுற்றி கைகோர்த்தாற்போல பழம்திண்ணை. பாதசாரிகள் ஓய்வெடுக்கவென்று கட்டியிருப்பார்கள். கற்கள் அங்கொன்றும் இங்கொன்றுமாய் பெயர்ந்திருந்தன. சாலையிலிருந்து சற்றே மேடோடிக் கிடந்ததில் மழை நீர் மரத்தடியைத் தொட்டிருக்கவில்லை. விழுதோடிக் கிடந்த அந்த ஆலாமரத்தடியில் காளைகளை மட்டும் அவிழ்த்துவிட்டு வண்டியை சாயந்துவிடாதபடி விழுதோடு அணைத்து நிறுத்தினார்கள். வண்டியின் இரண்டு பக்கமும் படுதாக்கள் இறக்கிவிடப்பட்டன. வண்டிகள் பாதுகாப்பாக நிறுத்தப்பட்டிருந்ததை உறுதிசெய்து கொண்ட பெரிய தாத்தா திண்ணையில் உட்கார்ந்து முகத்தில் வழிந்த மழை நீரை துடைத்துக்கொண்டார். வேட்டி மடுப்பிலிருந்த

சுருட்டுகளையும் தீப்பெட்டியையும் எடுத்தார். நல்ல வேளையாய் நனைந்துவிடவில்லை. மழையின் ஈரத்துக்கு சுருட்டின் காரமும் வெப்பமும் அவசியமாயிருந்தது. முருகய்யனும் அருகில் வந்து அமர்ந்தார். அவருக்கு ஒரு சுருட்டை எடுத்துக் கொடுத்துவிட்டு இன்னொரு சுருட்டை எடுத்து முகர்ந்தார். சுருட்டின் வாசனை அவருக்கு சுறுசுறுப்பை தந்திருக்கவேண்டும். லேசான ஒரு கனிவுடன் தீக்குச்சியை உரசி சுருட்டை பற்றவைத்துக் கொண்டார். முருகய்யனும் சுருட்டை பற்ற வைத்துக்கொண்டதும் ஆலாமரத்தடியில் சுருட்டின் காரமான நெடி திடமாய் பரவியது. மாமா, பெரியப்பா, பங்காளிகள் இவர்கள் ஆறுபேருமாய் இன்னொரு மரத்தடித் திண்ணையில் உட்கார்ந்து பீடியை பற்றவைத்துக்கொண்டனர்.

வண்டிப் படுதாவைத் தள்ளிக்கொண்டு சோரம்மாள் மெல்ல இறங்கினாள். தலைமுடியை அள்ளி முடிந்துகொண்டாள். மழையின் ஈரம் கோர்த்திருந்த காற்று அவள் முகத்தில் மோதியதை வேண்டியவள் போல் கண்ணை மூடிக்கொண்டு உள்ளங்கைகளால் முகத்தைத் தேய்த்தாள். பெரியதாத்தா உட்கார்ந்திருந்த திசைக்கு நேர் பின்னால் திண்ணையில் உட்கார்ந்து கொண்டதும் முருகய்யன் ஒரு சுருட்டை நீட்டிய அவள் கையில் வைத்தார். ஒரு தரம் திரும்பி பெரியதாத்தாவைப் பார்த்துவிட்டு சுருட்டைப் பற்றவைத்துக்கொண்டாள். பெரியதாத்தா இருளினூடே சற்றே கனம் குறைந்து பெய்த மழையை வெறித்திருந்தார். லாந்தரின் வெளிச்சம் இப்போது மேலும் பிரகாசம் கொண்டிருந்தது. அக்கம்மா கிழவி மெல்ல வண்டியிலிருந்து இறங்கி சோரம்மாளருகே வந்தாள். சுருட்டை வாயில் வைத்து ஆழமாக உள்ளிழுத்துவிட்டு அக்கம்மாவிடம் நீட்டினாள் சோரம்மாள். அவளது சிவந்த தோள்களில் ஒரு ஜோடி பச்சைக் கிளிகளும் அவற்றைத் தாங்கியிருந்த கொடியும் அடர்பச்சையில் மினுத்தன. கொடிகளின் பின்னல்கள் மணிக்கட்டுவரையிலும் நீண்டிருந்தன. புறங்கையில் நெளிந்தோடி விரல்களில் விரிந்து பரவியிருந்தது அந்தப் பின்னல் கொடி. கால்களிலும் இதேபோல பச்சை குத்திக்கொண்டிருக்கிறாள். சுருட்டுப் புகை அக்கம்மாவின் குரலை மீண்டும் மீட்டிவிட்டதுபோல பாடத்தொடங்கினாள்.

வண்டிக்கடியில் இருந்த இடத்தை சுத்தம் செய்திருந்த ஈசானும் வெங்கிட்டானும் கித்தான்களை போட்டு படுத்திருந்தார்கள். மதியம் உண்ட கட்டுச்சோறே வயிற்றில் திம்மென்று கிடக்க யாருக்கும் சாப்பிடும் எண்ணமில்லை. கொஞ்ச நேரம் சிணுங்கிக் கிடந்த துளசியும் தூங்கிப்போய்விட்டாள். அவளை அணைத்தபடியே அம்மாக்கண்ணுவும் கண்ணசந்திருந்தாள். இன்னொரு வண்டியிலிருந்த குமரிகள் நால்வரும் உள்ளேயே சுருண்டு கொண்டு கிசுகிசுத்தபடியிருந்தனர். மீதியிருந்த சில பெண்கள் வண்டிக்கடியில் புடவையை விரித்துப் படுத்துக் கொண்டார்கள்.

மழை அவசரமில்லாமல் வெகு நிதானமாய் பெய்துகொண்டிருந்தது. பெரிய தாத்தா மெல்ல எழுந்து சாலையோரமாக நடந்தார். மழை வெகுவாக குறைந்திருந்தது. மரத்தடியில் இருந்தபோது இலையிலிருந்த துளிகளும் சேர்ந்து விழுந்து பெருமழைபோல தோற்றம் தந்திருக்கவேண்டும். வானம் சற்றே வெளுத்தது போலிருந்தது. முருகய்யனும் பின்னாலேயே வேட்டியை தோளில் போர்த்திக்கொண்டு வந்தார். இருவரும் சற்று தொலைவு வரை நடந்து சாலையோரமாய் உட்கார்ந்தார்கள். ஒன்றுக்கிருந்துவிட்டு பெரிய தாத்தா நிமிர்ந்த அந்த நொடியில்தான் பளீரென்று ஒரு மின்னல் அந்தரத்தில் வெட்டியது. அடுத்த கணம் பெரும் இடியோசை. காலடியில் பூமி அதிர பெரியதாத்தா மண்ணில் உருண்டார். இன்னும் ஒன்றுக்கிருந்துகொண்டிருந்த முருகய்யா பின்னால் சாய்ந்து மல்லாந்து விழுந்தார். அவர் கண்களை மூடும் முன்னர் ஆலமரத்தடியிலிருந்து ஒரு பெரும் தீப் பிழம்பு வானில் பொங்குவதைக் கண்டார்.

★

வேண்டா வெறுப்பாகத்தான் அம்மா அவனுக்கு தலை குளித்துவிட்டாள். அதற்குள்ளாகவே தாத்தாவிடமிருந்து கடுமையான வசவுகள் வந்துவிட்டன. “நாஞ்சொன்னா யாரு கேக்கறா.. அப்பறமா அது வலிக்குது இது நோகுதுன்னு கெடங்க.. ம்..ம்..” என்று பல்லை நெறித்துக் கொண்டு கோவணத்தை அலசி கொடிக் கயிற்றில் போட்டுவிட்டு தடியை எடுத்துக்கொண்டு வெளியே போய்விட்டார். நேராக மேட்டுப்பாளையத்தில் பாய்

கடைக்குப் போய் நெஞ்செலும்புக்கறி நிறைய இருக்குமாறு மட்டன் எடுத்துக் கொண்டுதான் திரும்புவார்.

“சொன்னா கேக்கறயாடா எலும்பா.. இன்னிக்கு ஒரு நா தலக்கி குளிக்காட்டி என்னடா?” அம்மா நங்கென்று கொட்டு வைத்தாள்.

“அதான் வெடிஞ்சு இவ்ளோ நேரமாயிருச்சில்ல.. இன்னியும்மா குளிக்கறதுக்கு கேக்கணும்.” பாலு முனகிக்கொண்டே சோப்பை முகத்தில் தேய்த்துக் கொண்டான்.

அம்மாவிடமிருந்து பதில் இல்லை. அவசரமாய் தலையை துவட்டிக்கொண்டு தகரப் பெட்டிக்கு மேலே வைத்திருந்த சட்டையையும் டிராயரையும் எடுத்துப் போட்டுக்கொண்டான். சொம்பு நிறைய சுடுதண்ணீரை நிறைத்து தேய்த்து வைத்தது. அவ்வளவாய் சுருக்கங்கள் தெரியவில்லை. இது மூட்டைக்காரரிடம் எடுத்து போன மாசமே ஒரு தடவைபோட்டு தண்ணீரில் நனைத்தது. அதனால் புதுசு கிடையாது. தோஷமில்லை. தாத்தா முணுமுணுக்கமாட்டார்.

அம்மா வட்டிலில் உப்புமாவைப் போட்டு வைத்திருந்தாள். பாலுவுக்கு மறுபடியும் கோபமாய் வந்தது. நோம்பியும் அதுவுமாய் இந்த கோதுமை உப்புமாவா? “இன்னிக்கு அம்மாச தான.. இட்லி சுடுலியா.” அம்மா மட்டனுக்கு மிளகு அரைத்துக்கொண்டிருந்தாள்.

“அம்மாசதாண்டா.. மாசம் அப்புசி மாசம்.. அப்புசி மாசம் வந்தா முடிவெட்டக்குடாது, சேவிங் பண்ணக்குடாது, இட்லி சுடக்குடாது. எண்ணெயில எதுவும் பொரிக்கக் கூடாதுன்னு மாஞ்சு மாஞ்சு சொல்றாங்கல்ல. மறுபடியும் அதில்லயா இதில்லயான்னு கேட்டு தொணதொணக்காத..”

பாலுவுக்கு உப்புமா இறங்கவேயில்லை. “என்னவோ கதை.. எப்பவோ நடந்துச்சாம் .. அந்த தோஷத்திற்காக வூட்டுல ஒண்ணும் செய்யமாட்டாங்களாம்...” நொந்துகொண்டே கையை கழுவினான். ஆனால் எது இருந்தாலும் இல்லாவிட்டாலும் மட்டன் குழம்பு இல்லாமல் போகாது. இதற்கு மட்டும் ஒன்றும்

தோஷமில்லையா? காலையில் இருந்து ராத்திரி வரைக்கும் அதேதான் புழங்கும்.

இன்னும் இந்த அப்பா வந்தபாடில்லை. தாத்தா வருவதற்குள் அவர் திரும்பி வந்துவிட்டால் நிம்மதி. நிறைய இல்லை என்றாலும் பத்து இருபது ரூபாய்க்காவது பட்டாசு வாங்கித் தர வாய்ப்புண்டு. ஒரு கட்டு சீனிப்பட்டாசு, ஒரு கட்டு ஊசிவெடி நிச்சயம் உண்டு. போன வருஷமே துப்பாக்கி வேண்டுமென்று கேட்டது. கிடைக்கவில்லை. இந்த வருஷம் என்ன சொல்லி வாங்காமல் வருவாரோ தெரியவில்லை. தினத்தந்தி தாளில் சுற்றிய பொட்டலத்தில் இந்த பட்டாசுகள் இருக்கும். எவ்வளவு மெதுவாய் வெடித்தாலும் மதியம் வரைகூட தாட்டாது. அதற்குள்ளாக அத்தை வீட்டிலிருந்து ரங்கராஜ் கொஞ்சம் பட்டாசு கொண்டு வந்துவிடுவான். ஆனாலும் அவனிடம் நிறைய எதிர்பார்க்கமுடியாது. அதிகபட்சம் திரியை கிள்ளித் தரமட்டுமே அவன் சம்மதிப்பான். கொளுத்துவதற்கு நிறைய கெஞ்ச வேண்டும்.

“மழ பெய்யும்போது மரத்தடியில ஒதுங்கக்கூடாதுன்னு பச்சப்புள்ளக்கிக்கூட தெரியும். தாத்தா பெரியதாத்தா.. அத்தனப் பேர்த்த மரத்தடியில கொண்டுபோயி தங்கவெக்கலாமா.. அப்ப அவரு பண்ண தப்பு.. இப்ப நான் பட்டாசு கொளுத்தாம தெருவுல மத்தவனுங்க வாயப் பாத்துட்டு ஒதுங்கி நிக்கறேன்..” அம்மா திரும்பிப் பார்த்தாள். நெற்றியில் வியர்வை மின்னியது. புடவையால் துடைத்துக்கொண்டு மீண்டும் ஆட்டாங்கல்லை சுழற்றத் தொடங்கினாள்.

அப்பா பட்டாசு வாங்கித்தரும் சமாச்சாரம் தாத்தாவுக்குத் தெரியாமல் இருக்காது. அவர் அப்பாவை ஒன்றும் சொல்ல மாட்டார். அடுத்த ஒரு வாரத்தில் யாராவது ஒரு நாள் ரெண்டு நாளில் சளி காய்ச்சலென்று யாராவது படுக்க நேர்ந்துவிட்டால் போதும், அம்மாவை பிலுபிலுவென்று பிடித்துக்கொள்வார். “நோம்பி கொண்டாடறாங்களாம்.. திருட்டுத் தனமா பட்டாசு வாங்கித் தருவீங்க.. இந்த கெழவன் என்ன சொல்றதுன்னு.. இப்படி நொடியையும் சேந்து கொண்டாடுங்க.. இத திருட்டுத்தனமா ஒளிக்க முடியாது.. ஆமா..” மூன்று வேளை

மட்டன் சாப்பிட்டதெல்லாம் ஒரு காரணமாக தெரியாது. ஒரு கட்டு சீனிவெடி வெடித்ததுதான் ஒட்டுமொத்த நோவுக்கும் காரணமாகிவிடும்.

தெரு முனையில் செட்டியார் கடைவாசலில் காமராசு தென்பட்டான். கூடவே சுகுமார், செல்வராசு எல்லோரும் இருந்தார்கள். "கோஷ்டி கிளம்பிவிட்டது." என்று நினைத்துக் கொண்டவன் அவனருகே சென்றான்.

பட்டாசு வெடிப்பது ஒன்பது மணிக்கெல்லாம் ஓய்ந்துவிடும். எல்லோரும் சாப்பிட்டுவிட்டு டவுனுக்கு சினிமாவுக்குக் கிளம்பிவிடுவார்கள். காமராசு சகாக்களுடன் தெருக்களில் பட்டாசு பொறுக்கத் தொடங்கிவிடுவான். கட்டாக வைக்கும் பட்டாசுக்களில் எப்படியும் ஒன்றிரண்டு வெடிக்காது சிதறிவிடும். சில பட்டாசுகள் திரி முழுக்க எரிந்தும் வெடிக்காமல் 'புஸ்'ஸாகிவிடும். அந்த பட்டாசுகளை எல்லாம் காமராசு பொறுக்கிக் கொள்வான். பிறகு பட்டாசுக்களைப் பிரித்து அதில் சாம்பல் போல மின்னும் மருந்தை ஒரு பெரிய தாளில் கொட்டுவான். பட்டாசு மருந்தின் நெடி மூக்கைத் துளைக்கும். மருந்தையெல்லாம் கொட்டியானதும் தாளை சுருட்டி அதில் நெருப்பு வைப்பார்கள். பட்டாசு மருந்து நெருப்பு பட்டதும் ஆவேசத்துடன் பற்றிக்கொண்டு எரியும். வெடிப்பதற்கான வாய்ப்பு மிகக் குறைவு. ஆனாலும் துண்டுத் திரிகள் நெருப்புப் பட்டதும் சீறும். பல தடவை அப்படி சீறி காமராசுவின் கையை பதம் பார்த்ததுண்டு. முகத்தைக் கூட தாக்கிவிடும் அபாயம் உண்டு. பிச்சம்பாளையம் ரவியுடன் வரும் மூர்த்திக்கு இடதுகண் போன கதையும் தெரியும். ஆனாலும் காமராசுவுக்கு இந்த விளையாட்டில் ஒரு ஈர்ப்பு உண்டு.

"என்னடா பாலு.. பட்டாசு பொறுக்கலாமா..?" காமராசுவின் கண்கள் வெடித்துக் கிடக்கும் பட்டாசுத் தாள்களிலேயே அலைந்தன.

"இல்லடா.. நா வல்லே.." பாலு ஆர்வத்தை வெளிக்காட்டாது சொன்னான். என்னவோ ஒரு பயம். வேண்டாமென்று ஒதுங்கிவிடுவான் எப்போதும்.

“டேய் இவன் பார்றா.. பழய சட்டையவே புதுசுன்னு போட்டுக்கறான்..” சுகுமார் நக்கலாக பாலுவின் சட்டையைத் தொட்டுக் காட்டினான்.

“இதொன்னும் பழசில்ல. புதுசுதான். ஆனா தண்ணில போட்டது. அப்பிடித்தான் போடணும்னு எங்க தாத்தா சொல்லுவாரு.. அதான் தண்ணில போட்டு இன்னிக்கு புதுசா போட்டுக்கறேன்.”

‘‘தண்ணில போட்டாச்சுன்னாவே அது பழசுதான்.. அப்பறம் சுடுதண்ணி சொம்ப வெச்சு தேச்சு போட்டாலும் புதுசாகாதுடா பாலு.. பிலுக்காத...இத பாரு புதுசுன்னா இப்புடி மணம் வரோணும்..” தன் சட்டையை பாலுவின் முகத்தருகில் தூக்கிக் காட்டினான்.

பாலுவுக்கு அப்படி செய்தது பிடிக்கவேயில்லை. “ஆமாடா... இது பழசுதான். நா சொம்பு வெச்சு தேச்சுதான் போட்டுக்கறேன். ஆனா இப்பிடி ரோடு ரோடா வெடிக்காத பட்டாசப் பொறுக்கிட்டு திரியல பாரு..” அவன் தோளை நெருங்கி முறைத்துவிட்டு வீட்டுப் பக்கமாய் வந்தான். வாசலில் அப்பாவின் சைக்கிளைப் பார்த்ததும் உற்சாகம் பீறிட்டது.

ஒரே தாவலில் திண்ணையில் பாய்ந்தேறி தடுக்கு வைத்துப் பிரித்த அறைக்குள் எட்டிப் பார்த்தான். அப்பா அப்போதுதான் சட்டையைக் கழற்றி கொய்யாபலகையின் கையில் மாட்டிக்கொண்டிருந்தார். அப்பாவின் சட்டைகள் எப்போதுமே அங்கேதான் தொங்கிக்கொண்டிருக்கும்.

‘அப்பா..” ஆசையாய் அழைத்தபடி உள்ளே போனான். திரும்பிப் பார்த்து சிரித்தவர் கீழே கிடந்த காக்கிப் பையை கண்காட்டிவிட்டு நடந்தார். பாலு பைக்குள் பார்த்தான். செய்தித்தாள் பொட்டலம். அதன் அளவு அவனை சோர்வடையச் செய்தது. இருந்தாலும் வெளியே எடுத்து அவசரமாய் பிரித்தான். சந்தோஷத்தைவிட கோபம்தான் உள்ளுக்குள் கொப்புளித்துக்கொண்டிருந்தது. எப்போதும் போலத்தான். ஒரு செங்கோட்டை. பச்சையும் சிவப்புமாய் ஊசிப்பட்டாசு. கொஞ்சம் கேப்புகள். ஒரு கம்பி மத்தாப்பு

பெட்டி. அவ்வளவுதான். துப்பாக்கி இல்லை. இதையெல்லாம் ஒரு பட்டாசு என்று தெருவுக்குக் கொண்டு போக முடியுமா?

ஆத்திரத்துடன் வெளியில் வந்தான் பாலு. அடுப்பங்கரையில் உட்கார்ந்திருந்தார் அப்பா. சூடு பண்ணிய வரக்காப்பியை அப்போதுதான் கையில் எடுத்திருந்தார். அம்மா புடவைத் தலைப்பால் நெற்றி வேர்வையைத் துடைத்துக் கொண்டிருந்தாள். “என்னப்பா.. அதே மாதிரி வாங்கியாந்திருக்கே. துப்பாக்கியாச்சும் வாங்கிருக்கலாமில்ல.” கோபமாய் பேசத்தான் வந்தான். ஆனால் அப்பாவிடம் கோபத்தை காட்டமுடியாது.

“துப்பாக்கி வாங்கலாம். ஆனா தாத்தா கண்ணுல படாம உன்னால வெளயாட முடியாது. அவரு கண்ணுல பட்டா என்னாகும்னு உனக்கே தெரியும். இந்தப் பொட்டலத்தய நா எப்பிடி ஒளிச்சு வாங்கி வர்ரேன்னு உனக்கு தெரியுமில்ல. இருக்கறத வெச்சு பேசாம வெடி போ..” அப்பா எப்போதும் சொல்கிற பதில்தான்.

“நீ கவலப்படாத பாலு. அடுத்த வருஷம் நம்ம வீட்லயும் தீவாளி பெருசா கொண்டாடலாம்.” அப்பா டம்ளரை கீழே வைத்துவிட்டு சிரித்தபடியே சொன்னார். அம்மாவும் சிரித்தாள். பாலுவுக்கு புரியவில்லை. அடுத்த வருஷத்திற்குள் என்னாகிவிடப் போகிறது?

“சும்மா சொல்றீங்க..” நம்பிக்கையில்லாதவனாய் கேட்டான்.

“நீ வேணா பாரு. அடுத்த வருஷம் நீயும் எண்ணெய் தேச்சு குளிச்சுட்டு புதுச் சொக்கா போட்டுட்டு பட்டாசு வெடிக்கப் போற.. நெசமாத்தான். கோயில் கூட்டத்துல சொல்லிட்டாங்க” அப்பா அவன் தலையில் செல்லமாகத் தட்டினார்.

பாலு பட்டாசுப் பொட்டலத்தை பிரித்தெடுக்க உள்ளே போனான். அப்பா சொன்னதை முழுக்க நம்ப முடியா விட்டாலும் அவர் சொன்னதே சந்தோஷமாயிருந்தது.

“என்னங்க சின்னப் பையன்கிட்ட இப்பிடி சொல்லிட்டு. அடுத்த வருஷம் மட்டும் நமக்கு வேறயாவ இருக்கும்?” அம்மா அப்பாவிடம் கேட்பது காதில் விழுந்தது.

“அதான் அம்மன் கோயில்ல நம்ம கொலத்துக் காரங்கல்லாம் கூட்டம்போட்டு தீவாளி கொண்டாடறதுக்கு சாந்திபூசை செஞ்சர்றதுன்னு முடிவு பண்ணிருக்காங்க இல்ல. அப்பறம் அடுத்த வருஷம் தோஷம் கெடையாது. நோம்பி கொண்டாட வேண்டிதுதான.” அப்பா பீடி பற்றவைத்துக்கொண்டிருக்க வேண்டும். கணேஷ் பீடியின் கார நெடி தடுக்குகளின் பின்னல் துளை வழியாக நுழைந்தது.

“தோஷமெல்லாம் போயிருந்தான். அது இருக்கப் பட்டவங்க நோம்பி கொண்டாடறதுக்காக செய்யற ஏற்பாடு. நம்ம மாதிரி சனங்களுக்கு தோஷமிருக்கறதுதான் செரி. இல்லேன்னா நோம்பிக்கு துணியெடுக்கறது, பலகாரம் செய்யறது, பட்டாசு வாங்கறதுன்னு செலவுதான். கடன்தான். இப்பிடி தோஷம்னு பேரச் சொல்லியே நோம்பிய கடத்திட்ட இந்த மட்டுக்கும் கடனில்லாத போவுமில்ல. தோஷமும் போவ வேண்டாம். நோம்பியும் வந்து ஆட வேண்டாம். இதோ ஆச்சு. பொழுதான எல்லா முடிஞ்சுபோச்சு. இப்ப நோம்பி கும்படாத என்ன கொறஞ்சு போச்சு? இந்தப் பையன்தான். பெரிசா கேள்வியெல்லாம் கேக்கறான்..” அம்மாவின் குரல் ஆத்திரத்துடன் தொடங்கி கவலையுடன் முடிந்தது.

அப்பா உடனடியாக பதில் சொல்லவில்லை.

“எங்கப்பா தோஷம் தோஷம்னு எதைச் சொல்றாங்கன்னு புரிஞ்சதுக்கப்பறம் நா நோம்பி ஏன் இல்லேன்னு கேள்வி கேக்கறத விட்டுட்டேன். பாலுவுக்கும் அது புரியும்போது அவனே எதும் கேக்கமாட்டான்.” அப்பாவின் குரல் மெல்ல நடுங்கியது.

தொலைவில் உச்சி வேளைக்கு பொருந்தாமல் ஒரு ஒற்றை வெடி ஓசையுடன் வெடித்தது.

(உயிரெழுத்து, 2007)

10
நிழல் பொழுதினிலே

அவன் வெளியேறக் காத்திருந்தது போல தனிமையின் பெரும் பாரம் அவளைக் கவ்விக்கொண்டது. எழுந்து வெளியே போக இன்னும் தயக்கமாயிருந்தது. அவன் அருகில் இருக்கும் போது நிறைவுடன் அவளை அனுமதிக்கிற இந்த அறையும்கூட அவன் நீங்கும் வேளைகளில் தன்னைச் சுருக்கிக் கொண்டு விடுவது போலொரு அசௌகரியத்தை விலக்கிவிட முடியவில்லை. தரையில் கால் வைக்கும்போதே உள்ளுக்குள்ளிருந்து வேணியின் அழுகையும் அழகனின் பிதற்றலும் பீறிட்டு வெடிக்கின்றன. அழகேசன் பைத்தியம் போல் அவளைத் தேடி அலைய, 'அம்மா, அம்மா' வென்று வேணி அழுது கொண்டிருப்பாள். கண்ணீர் வெம்மையுடன் வழிந்து சொட்டியது. கேள்விகள் கிளைத்துக் குடையத் தொடங்கின. அவனில்லாமல் போய்விடும் போதெல்லாம் இப்படித்தான் ஆகிவிடுகிறது. அருகில் இருக்கும் போது அவளிடமிருந்து அனைத்தையும் விரட்டி விடுகிறான், ஒரு கண்கட்டு வித்தைக்காரனைப்போல!

உடல் தசைகளினூடே திடமாய் பரவியிருந்தது காந்தலுடன் கூடிய வலி. அறையின் சுவரையொட்டிக் கிடந்தது கட்டில். மின்விசிறி லேசான சத்தத்துடன் சுற்றிக்கொண்டிருந்தது. வலது மூலையில் வெளிர் மஞ்சள் வண்ணத்தில் இரட்டைக்

கதவு. எதிர்ச்சுவரில் அதே நிறத்தில் ஜன்னல். மேலிரண்டு கதவுகள் மட்டும் திறந்திருக்க, பூப்போட்ட திரைத்துணியை ஊடுருவிக்கொண்டு வெயில் கற்றைகள் சாய்வாய் விழுந்திருந்தன. இங்கே இருக்கப் போவது சில நாட்கள்தான். பத்திருபது நாட்களில் மாலத்தீவுக்குக் கப்பலேறி விடலாம் என்றான் சசிதரன். கேரளம் இவ்வளவு அழகாக இருக்கும் என்று நினைக்கவில்லை. பார்க்கும் இடமெல்லாம் பசுமை கொஞ்சியது. இங்கு வந்த முதல் நாள் இரவில் சசி கொஞ்சியது நினைவுக்கு வந்தது. “என் தம்புராட்டி. இத்தன நாள் கஷ்டப்பட்டதே போதும். இனியும் படக்கூடாது.” நொடியில் கண்ணில் நீர் தளும்பி நின்றது. என்ன பைத்தியக்காரத்தனம். ஏன் இப்படிப் பித்தனாய் தவங்கிடந்து என்னையே ஸ்வீகரித்துக் கொண்டிருக்கிறான். எத்தனை ஜென்ம வேட்கையிது? இப்படியொரு காதலுக்கு என்னையேன் இலக்காக்க வேண்டும்? அழகனும் வேணியும் இவனுக்கு ஒரு பொருட்டாகவே தெரியவில்லையா? சிரித்துக்கொண்டாள். அது சரி. அவர்களை நானே ஒரு பொருட்டாக மதிக்காமல் விட்டுவிட்டு ஓடி வந்திருக்கிறேன். இவனைச் சொல்வானேன். சரி, வந்தது வந்தாயிற்று ஒரு நல்ல வழி தேடி. இனி அதையெல்லாம் நினைத்து நினைத்து இவனுக்கு பாரம் சேர்க்கக்கூடாது.

எதிர் கம்பெனிக்கு சிங்கர் டெய்லராய் வந்த நாள் தொடங்கியே சசியின் கண்கள் அவளையே சுற்றி வந்ததை அவள் அறிவாள். பனியன் கம்பெனி ஆட்களுக்கேயுரிய இரண்டு நாள் தாடியும் கசங்கிய உடையையும் மீறிய ஒரு வசீகரத்தை அவள் கண்டுணர்ந்தது ஒரு மழை நாளில்தான். அவனது பார்வையை கண்கள் வெறித்து நின்ற பொழுதில் உயிர் வற்றி உலர்ந்துவிட்டதுபோல் நடுங்கினாள். மழைத்துளிகள் பெருகி நனைப்பதை உணராதவளாய்த் தெப்பலாய் நீர் சொட்ட ஓடினாள். மூச்சு வாங்கியது. அழகனிடம் காதலைச் சொன்ன அந்த நாளிலும் அடிவயிற்றில் இது போலொரு பதற்றத்தை உணர்ந்தது ஞாபகத்தில் அதிர்ந்தது.

விரியத் திறந்த வீட்டுக் கதவுகளும் எப்போதுமே பகல் போலிருந்த எதிர் கம்பெனியின் ஜன்னல்களும் அவர்களை

வழிமொழிந்து நிற்க, அவளுக்கு வாசலே வீடானது. முன் கதவைச் சாத்திவைக்கிற பழக்கம் கைவிட்டுப்போனது. கம்பெனியின் இரைச்சல்கள் அடங்கிய பின் ஜாமங்களில் அவர்கள் இருவர் மட்டும் கூடுதலாய் விழித்திருந்தார்கள்.

அழகனை மறந்தவளானாள். அவனது நடமாட்டங்கள் அவளது விழிப்புலன்களைத் தீண்டாதவொரு நிழலாய்க் கரைந்து கொண்டிருந்தது. அவனுடைய கைகள் உலர்ந்து அவளைத் தேடிய இரவுகளில் அவள் அவனை ஒவ்வாமல் நிராகரித்தாள். நீர் கோர்த்து ஏறிடும் அவன் பார்வையை எரிச்சலுடன் தவிர்த்துவிட்டு கலைந்த புடவையை அள்ளிப்போட்டுக்கொண்டு வாசலுக்குப் போய் விடுவாள். 'அம்மா' 'அம்மா' வென்று அழைக்கிற வேணியின் குரல் மட்டும் இந்த போதத்தைக் குலைத்துவிடுவது போலொரு அசௌகர்யத்துடன் நெரிக்கும். அந்த அசௌகர்யங்கள் வீட்டுக்குள் அவளைக் கட்டிப்போட்டு நெருக்கும் போதெல்லாம் அவளது பின்வாங்கல்களைத் திரை கிழித்து மீட்பதற்கென அவனுடைய குரல் தொலைபேசியினூடாக ரகசிய ஆவேசத்துடன் சீறித் தொடும். குரல் தீண்டும் நிமிடத்தில் அடிவயிற்றில் அந்தப் பதற்றம் விருட்டென்று விழித்துக்கொள்ளும். பேசப் பேச உள்ளங்கால்களில் சூடேறத் தொடங்கிவிடும். அதுவும் ஜன்னல் வழியே அவனது முகத்தைப் பார்த்தபடியே பேசிக்கொள்வதிலிருந்த பெருங்காமத்தை இப்போது நினைத்தாலும் உடல் பொங்கிவிடுகிறது. சன்னமான குரல் அவனுக்கு. மலையாள உச்சரிப்புடன் அவன் தமிழே விநோதமாய் ஒலிக்கும். "தம்புராட்டி..." என்று குழைவான். "அப்படியென்றால்..." என்று கேட்டபோது ராணியைப் போல என்றான். குரலே விரல் கொண்டு உடலில் படர்வது போலிருக்கும்.

கட்டிலை விட்டு இறங்கினாள். நைட்டியின் முன்வரிசைப் பொத்தான்களைத் தேடிப் பொருத்திக்கொண்டு திரும்பும்போது சசி முன்னொரு நாள் சொன்னது நினைவுக்கு வந்தது. "தலை வழியா மாட்டி மறுபடி அதைக் கழட்டறதுக்குத் தெணறக்கூடாது. அதுலேயும் பொத்தான்களுக்கு நடுவுல விழற லேசான இடைவெளி தர்ற கிக்கே தனிதான்." விநோத

ரசனையுடன் உடலை ஆராதிக்கும் வித்தைகள் தெரிந்தவன் அவன். சிரித்துக்கொண்டே பீரோவின் ஆளுயரக் கண்ணாடியில் முகம் பார்த்தாள். கண்கள் சிவந்து வீங்கியிருந்தன. தலை முடியை விரல்களால் கோதிச் சரி செய்து கொண்டாள். வெளியே வந்தாள்.

முன்அறை உள்ளறையில் பாதியளவே இருந்தது. வாசல் கதவு பாதிவரை கம்பி போடப்பட்டு திரையிட்டிருந்தது. இடது ஓரமாய்ச் சமையல் மேடையும் அலமாரியும். அதற்கடுத்து பாத்ரூம். வெளியில் கதவையொட்டித் திண்ணை. ஒரு அம்மி, அதையொட்டி செம்பருத்திச் செடியொன்று கையகலப் பூக்களுடன். வெளிநாடு போகிறவர்களுக்கு தற்காலிகமாக வாடகைக்கு விடுவதற்கென்றே இந்தப் பகுதியில் இப்படி வீடுகள் ஏராளமாக இருக்கின்றன என்றான் சசி. ஏற்கனவே இருமுறை மாலத்தீவு சென்று அங்கு வேலை பார்த்திருக்கிறானாம். இந்தியாவை விட்டே போகப் போவதை நினைக்கும் போது நிம்மதியாயிருந்தது. வேப்பமரம் அடர்ந்து நிழலிட்டிருந்தது. அதையடுத்துத் தார்ச்சாலை வரையிலுமாய் காலியிடம் புல்லும் புதர்ச் செடிகளுமாய். எதிர்ப்புறம் ரோட்டைத் தாண்டி ஒரு டீக்கடை. பஸ் நிறுத்தம் போலிருந்தது. அடுத்திருந்த வீடும் இதே அமைப்பில் இருந்தது. முன்வாசல் பந்தலில் பீர்க்கங் கொடி நெளிந்து கிடந்தது. கொடியில் துணி உலர்த்திக் கொண்டிருந்தவளின் தலைமயிரிலிருந்து நீர் சொட்டி அவளது பின் புறத்தை ஈரப்படுத்தியிருந்தது. திரும்பிப் பார்த்தாள். சன்னமாய்ச் சிரித்தாள்.

சட்டென்று உள்ளே வந்து கதவைச் சாத்திக்கொண்டாள். ஜன்னல் வழியாகப் பின்னால் எட்டிப் பார்த்தாள். நீண்ட காலியிடம். ஒதுங்கினாற்போல் வரிசையாய் வீடுகள். ஒரே மாதிரி வாசல்களில் விதவிதமாய்க் கோலங்கள். திரைச்சீலையை விலக்கிக் குளிர்காற்று முகம் தொட்டது. அழகனின் முகம் ஞாபகம் வந்தது. இந்தக் கோலங்கள்தான் அழகனை அவளிடம் நெருங்கவைத்தன.

“ஜோதி, என்னாச்சு உனக்கு?” பரிதாபமும் கெஞ்சலும் குழைந்த குரல்.

“ஒன்னுமில்லை!” நேருக்கு நேராய் முறைத்தபடி நின்றாள்.

“நீ பண்றது உனக்கே நல்லாயிருக்கா” சிறிதும் எரிச்சலோ கோபமோ இல்லாமல்தான் கேட்டான். “நான் இப்ப என்ன பண்ணிட்டேன்?” வெடுக்கென்று சத்தமாய்க் கேட்டதும் அவன் அரண்டு நெருங்கினான்.

“சத்தம் போடாத ஜோதி. மொள்ளமா பேசு” பதறியபடியே கையைப் பிடித்துக் கொண்டான். பட்டென்று உதறினாள். அடி பட்டவனாய் முகம் சுருங்கியவன், “இதான்... என்னக் கண்டாவே உனக்குப் புடிக்கறதில்லை. அந்தப் புள்ளய போட்டு வேற திட்டறே, அடிக்கறே...” கண்ணீர் வழிய குரல் அடைத்துக்கொண்டது. காதலைச் சொன்ன நாளன்றும் இது போலத்தான் அழுதான். உதடு விரிய அழும்போது துருத்தி நிற்கும் அவனது முன்பற்களைப் பார்த்தாலே இப்போது அருவருப்பாயிருந்தது.

“ஆமா புடிக்கலதான். சுத்தமா புடிக்கல” கண்களைக் கூர்ந்து பார்த்தபடியே திடமாய்ச் சொன்னாள். அழகன் ஏதோ சொல்லத் தொடங்கும் முன் அவள் கேட்டாள். “கல்யாணத்துக்கு முன்னாடி நீ சொன்னது ஞாபகமிருக்கா?” சொல்வதை வாங்கியுணராதவனாய் விழித்தான். “என்னிக்கானாலும், யாராவது ஒருத்தர் என்ன விட தகுதியானவங்கன்னு நீ நம்பினா அந்த ஆளை நீ கல்யாணம் பண்ணிக்கலாம். நா தடையாவே இருக்க மாட்டேன்னு சொன்னது மறந்துருச்சா?” சிறிதும் தயக்கமில்லாமல் கேட்டுவிட்டு இமைக்காமல் அவனை ஏறிட்டாள். மணமாகி ஆறாண்டுகள் கழிந்து போய் வேணியின் அம்மாவாய் நிற்கும் அவள் அப்படிக் கேட்பாள் என்று அவன் எதிர்பார்க்கவில்லை. உறைந்து நின்றான். அவளது சீற்றத்தைத் தாளமாட்டாதவனாய்க் குமுறலுடன் “அய்யோ... அப்படிப் பாக்காதப்பா... அப்ப நா சொன்னதுதான். அதுக்கு இப்ப..” என்ன கேட்பதென்று புரியாமல் திணறினான்.

“இப்ப நான் கேட்டா ஒத்துக்குவியா?”

சாதாரணமாய்க் கேட்பது போலத்தான் இருந்தது.

எது அவனை வீழ்த்தியதோ தெரியவில்லை, சடாரென்று காலில் விழுந்தான். கால்களைக் கட்டிக்கொண்டான். குமுறி அழுதபடியே கெஞ்சத் தொடங்கிவிட்டான். அவன் அப்படிச் செய்யக்கூடியவன்தான் என்றாலும்கூட அவள் நடுநடுங்கிப் போய்விட்டாள். ஆத்திரத்துடன் தோளைப் பற்றித் தள்ளிவிட்டாள்.

தடுமாறி நின்றவன் சிறுத்துப்போயிருந்தான். கேவினான். "நீ எப்படி வேணுமினாலும் இருந்துக்கோ. என்ன விட்டுட்டு மட்டும் போயராதே. எது வேணா செஞ்சுக்கோ. நா ஏன்னு கேக்க மாட்டேன். போயிராதப்பா" நெருங்கிக் கன்னம் தொட்டுக் கெஞ்சினான்.

எரிச்சலாய் வந்தது. அவன் மேலும் கெஞ்சி நிற்க அவளுக்கு உடனடியாய் போய்விட வேண்டும் போல உக்கிரம் வலுத்தது.

2

அழகன் அவளை சுலபமாய் கண்டுகொண்டான். இருபது மாதங்கள் காதலித்து கைபிடித்தவனுக்கு அவளது பாசாங்குகளையும் பதற்றங்களையும் எளிதில் தடம் பிடித்துவிட முடிந்தது. வாசலிலேயே பதுங்கி நடமாடிக் கிடந்தவளின் உதாசீனங்கள் அவனைத் துரத்துவதிலேயே இருந்தன. தன் மீதான தீராத காதலில் அவளின்னும் திளைத்திருக்கிறாள் என்ற நம்பிக்கை பொய்த்துக் கொண்டிருக்கிறது என்பதே விநோத நிகழ்வாக இருந்தது. அவள் கண்களில் ஈசத் தொடங்கியிருந்த கள்ளத்தனமும் தன்னைத் துப்புரவாய்த் துடைத்தெறியும் அலட்சியமும் அவளது விலகல்களை முரசறைந்தபடியே இருந்தன. எதிர் கம்பெனியிலிருந்து அவனும் இங்கிருந்து அவளும் களவுரையாடும் தொலை பேசித் தருணங்களில் அவள் குரலிலும் உடலிலும் சுரக்கும் குழைவுகளைக் கண்டு அஞ்சினான்.

எந்த நேரத்திலும் அவள் இல்லாமல் போய்விடக்கூடிய வெறுமையை உணரத் தொடங்கியவன் போல் தடுமாறினான்.

சமயங்களில் அவளைப் பிடித்து மொத்தினால் சரியாகி விடுமென்று ஆவேசம் பற்றிக் கொள்ளும். ஆனால் அவளை நன்கறிந்தவன் அவன். அவள் பணிந்தடங்கும் தருணங்கள் மிகச் சொற்பமானவை. பேசித் தீர்ப்பதுதான் வழி என்று பலவீனமாய் ஒரு நம்பிக்கை இருந்தது.

ஆனால் அவள் அவனை எதிர்கொண்ட விதம் அவனது நம்பிக்கையை வெறுமனே ஒடித்துப்போட்டது. காதலில் கிளுகிளுத்த காலத்தில் வாய்விட்ட பிதற்றலொன்றைக் கொண்டே வீழ்த்திவிட, நிமிடமும் தாமதிக்காமல் காலில் விழுந்தான். கெஞ்சினான். கேவினான். வேணியை ஒரு பெருங்காரணியாக்கி வேண்டினான்.

அவள் போய்விட மாட்டாள் என்று உத்தரவாதமில்லை என்றாலும் 'என்னைக் கைவிட்டுவிட மாட்டாள்' என்ற அபத்தமான ஆசைதான் பெருகி நின்றது. 'அறியாது சில காலம் அழுகுணிப் பிசாசின் பாதையில் நடந்துவிட்டாள். இனி சரியாகிவிடுவாள். சரியாகிவிடுவாள்' மந்திரம் போல் தனக்குள் பிதற்றியபடியே சுற்றிச் சுற்றி வந்தான். மீண்டிடுவாள் என்று மறுபடி மறுபடி உருவேற்றிக் கொண்டான்.

இரண்டொரு நாட்களில் இயல்பு திரும்பியது போலிருந்தது. கொஞ்சிக் களிக்கவில்லை என்றாலும் 'நான் அப்படியில்லை' என்றுணர்த்தும் முனைப்பிருந்தது. கண்களிலிருந்த சீற்றம் காணாமலாகிக் காதலின் தடயங்களை அவன் அடையாளம் கண்டான்.

அன்றைக்கென்னவோ பழைய ஜோதியே வளைய வருவது போலொரு இயல்பில் வீடே நிறம் மாறியிருந்தது. நீண்ட கொடுங்கனவிலிருந்து மீண்டும் விழிப்பவனாய் அவளது சிரிப்பில் உறைந்து நின்றான். அவனை ஊடுருவிக் கடந்த கண்களில் மினுங்கிய பாவனைகள் தடுமாறவைத்தன. குதியாட்டம் போடலாம் போலிருந்தது. உடல் பாரம் தளர்ந்து முறுக்கிக்கொண்டது. இராப்பொழுதுகளில் "அழகா, அழகா" என்று காது மடல்களை உதடு கவ்விப் பிதற்றும் கிறக்கத்தின் அருகாமையைத் தொட்டுவிட்டது போலிருந்தது.

இரவின் வருகையைத் துதித்தபடியே ஆஷா காபி பாரில் புரோட்டாவுக்காகக் காத்திருக்கும் போது வேணியைக் கொஞ்ச முடிந்தது. வெகு நாள் கழிந்து புரோட்டா வாங்கி வரச் சொல்லிருக்கிறாள். இருவருக்குமான தனித்த சமிக்ஞை அது. கல்லாவில் பணம் தந்துவிட்டு வேணியைத் தூக்கிக் கொண்டபோது மெதுவாகக் கேட்டாள் “அம்மா. இருப்பாங்கல்ல.” வேணியை உற்றுப் பார்த்தான். தன் பைத்தியக்காரத்தனத்தைப் பரிதாபத்துடன் வியக்கும் அவள் கண்களில் விரிந்த அச்சத்தை முழுவதுமாய் வரித்துக் கொண்டது போல் உடல் வியர்த்தது. உயிர் தளர்ந்த அசதியுடன் திரும்புகையில் சாமக்காடு முனியப்பனிடம் முன்வைத்த பிரார்த்தனைகள் மூர்க்கத்துடன் தெறித்தன.

அசம்பாவிதங்கள் எதையும் பொத்திக்கொண்டிருக்க வில்லை என்பதுபோல அவனை எதிர்கொண்டது வீடு. கதவு திறந்தே இருக்க அவசரமாய் ஒரு வெற்றலை பதற்றத்தைத் தொட்டுப்போனது. ஒன்றும் ஆகிவிடவில்லை. வேணி உள்ளே ஓடினாள். தொலைக்காட்சி ஓசையின்றி சலனத்தை இறைத்தபடியிருந்தது. சமையல் அறையிலிருந்து ஓடி வந்த வேணி உள்ளறைக் கதவைத் திறந்து பார்த்தாள். அவளது அவசரமும் பதற்றமும் சட்டென்று வீடெங்கும் பரவி அலைய அவன் வெறுமனே நின்றிருந்தான். கண்ணீர் கொப்புளித்து வழிந்தது. வீட்டின் மூலைகளிலிருந்து கசிந்த கெக்கலிப்பின் உச்சங்களைச் செவியுறாதவனாய் வேணியைத் தூக்கிக் கொண்டான்.

வாசலில் நின்று எதிர் கம்பெனியின் இராட்சதக் கைகளைக் கண்ணீருடன் பார்த்துக் கொண்டே நின்றவனுக்குக் குமுறி அழ வெகு நேரமானது.

3

அப்போதே பறப்பது போலிருந்தது. பரவசத்துடன் வாரி அவனை அணைத்துக் கொண்டாள். பிரில்கிரீம் வாசனை வேர்வையுடன் மணத்தது. கட்டிலின் மேல் பயணத்திற்கான

ஆவணங்கள் அவள் புகைப்படத்துடன் படபடத்துக் கிடந்தன. மறுபடியும் ஒவ்வொன்றாக எடுத்து கண் நிறையப் பார்க்கத் தொடங்கியவள் “எப்பப்பா புறப்படணும்?” கேட்டாள். அவன் குளியலறைக்குள் புகுந்திருந்தான்.

“ரொம்ப அவசரமோ?” சிரிப்புடன் கேட்டவன் சற்றே நிதானித்து “இன்னும் ஒரு வாரத்துல” என்றான்.

ஒரு வாரம், இந்த வலிகளும் உறுத்தல்களும் இங்கேயே பின்தங்கிவிட அவள் போய் விடுவாள். அவனில்லாத பகல் வேளைகளில் தீவிரத்துடன் வந்து கவியும் எல்லா விசாரணைகளும் விடுபட்டுப் போய்விடும். அப்போதுதான் பூமியில் குதித்தது போலொரு புத்துணர்வும் சந்தோஷமும் அவளை முழுமையாய் ஆக்கிரமித்திருந்தன.

குளித்த வாசனையுடன் தலை துவட்டியபடி வந்தவனைப் பார்த்ததும் உடல் கிளர்ந்தது. தலை மயிரை அள்ளி முடிந்து கொண்டவள் “அப்பவே கேக்கணும்னு நெனச்சேன், இந்த எடத்துக்கு என்ன பேரு?” உடலை முறுக்கிக் கொண்டே கேட்டாள். பவுடரை உள்ளங்கையில் கொட்டி அக்குளில் அப்பிக்கொண்டவன் “கொச்சி. அன்னிக்கே சொன்னேனில்ல” என்றான். மறுபடியும் கை நிறைய பவுடரைக் கொட்டிப் புறங்கழுத்தில் பூசிக் கொண்டான். பவுடரின் மணம் அறையை நிரப்பியது. முதுகுப்புறமாய் அவனைக் கட்டிக்கொண்டவள் கேட்டாள் “இது கொச்சி இல்லையாமே?” திரும்பியவன் அவளை ஊடுருவிப் பார்த்து விட்டுச் சொன்னான். “ஆமாம். இது கொச்சி இல்லதான். அது இங்கிருந்து பதினைஞ்சு கிலோமீட்டர். போதுமா?” அவள் கண்களையே உற்றறிந்தவன் மறுபடி அவள் எதையோ கேட்பதற்குள் அவளை அணைத்து முத்தமிட்டான். ஏதோ கேட்க நினைத்தவளை அவனது முத்தம் ஆவேசத்துடன் ஆக்கிரமித்தது. பகல் தனிமையில் மிரண்டு கிடந்த அவளுக்கு அவனது உடலணைப்பு நிம்மதியாய் இருந்தது. உடலின் வேட்கையைக் கொண்டாடிக் கிடந்த பொழுதுகளின் வெப்பம் மெல்ல விரிந்து அவளை நெகிழ்த்தியது. வேப்பம் பூக்களின் மணத்துடன் கவிந்த அவனை வேண்டியவளாய்க் கிளர்ந்தாள்.

பகல் வெளிச்சம் ஓசைகளைத் துறந்திருந்தது. நெடுஞ் சாலையின் இரைச்சல்களும் தொலைக்காட்சி ஒலிகளும் காற்றில் சன்னமாய் மிதந்திருந்தன. அறையின் மெல்லிய வெளிச்சத்தில் தாளிட்ட அறையின் கதகதப்பில் அவள் தன்னை மீட்டெடுத்துக் கொண்டிருந்தாள். அவளது உடலைப் பழகிய கைகளின் சாதுர்யம் மேலும் மேலும் துல்லியத்துடன் அவளை இசைத்துக் கொண்டிருந்தது.

பேரலை போல் புரண்ட அக்கணத்தில் அவன் காது மடல்களைப் பற்களால் மெல்லக் கடித்தவள் கிறக்கத்துடன் பிதற்றினாள். “அழகா! அழகா...” தலை மயிரைக் கொத்தாக இறுக்கிக் கொண்டவளின் உதடுகளிலிருந்து அச்சொல் கசிந்து அவன் செவிகளில் அதிர்ந்தது.

4

ஒரு நொடிதான். அவன் விழித்துக் கொண்டான். நிதானித்துக்கொண்டு மெல்லக் கண் திறந்து பார்த்தான். அவள் இன்னும் தணியாமல் அவனைத் தேடிக்கொண்டிருந்தாள். கபாலத்துள் விஷத்துடன் பாய்ந்து அச்சொல் சீற்றம் தணியாமல் மோதிக்கொண்டிருந்தது. செவியுற்ற அந்த ஒரு கணம் அவனது உடல் சட்டென்று மூர்க்கம் கொண்டு பின் தளர்ந்ததை அவள் அறியவில்லை போலும். அவள் இவ்வேளையில் கொள்ளும் திளைப்பின் ஊற்றில் திரண்டெழுவது அவன் முகமல்ல. விறுவிறுத்துப் பரவும் அலைகளெங்கும் துளித்துளியாய் அவள் கண்டுணர்வது அவனையல்ல. நினைக்க வேண்டாத கசப்புடன் உடல் வேர்வை பிசுபிசுத்தது சட்டென்று உதறி எழாமல் பின்னும் அவளைத் தழுவியபடியே கிடந்தான். மனம் விடுபட்டிருந்தது. அவளது அசைவுகள் இப்போது வெறும் பாசாங்குகளாகவே மீந்திருந்தன.

தன்னை விடுவித்துக்கொண்டு நிதானமாய்க் கிடந்தான். உடல் தேடி நகர்ந்தவள் சிரித்தபடியே முகம் பார்த்தாள். “என்னாச்சுப்பா?”விரல்கள் மார்பில் கோடிட்டுச் சுழன்றன. எதுவுமற்ற தளர்ச்சியுடன் காற்று மெல்லச் சுழன்றது. “மறுபடியும்

குளிக்கணும். படவா" சிணுங்கிக் கொண்டே நைட்டியை அள்ளிக்கொண்டு இறங்கினாள்.

மின்விசிறியின் சுழல் மையத்தில் அவளது நிர்வாணம் தட்டாமாலை சுற்றியதை வெறித்தபடியே அவன் படுத்திருந்தான்.

5

நீரின் குளிர்ச்சியில் உடல் விடுபட்டிருக்க உறுத்தல்கள் ஏதுமற்ற ஒரு சந்தோஷம் அவளை நனைத்திருந்தது. ஜன்னலுக்கு அப்பால் வேப்பமரம் மெல்ல அசைவது தெரிந்தது. வெயிலின் அடையாளமின்றி சாம்பல் தன்மையுடன் பொழுதிறங்கி இருந்தது. மனம் துள்ளும் லயத்துடன் குரல் இசையத் தொடங்க அவளுக்குப் பாட வேண்டும் போலிருந்தது.

சற்று காட்டமான மணத்துடன் மஞ்சள் கரைந்து வழிந்திருந்தது. முகத்தில் நீரை இறைத்துத் துடைத்துக் கொண்டாள். வெகு நேரம் குளித்தாகிவிட்டது. டவலை எடுக்க வேண்டி நிமிர்ந்தாள். பாத்ரூமின் தகரக் கதவு வெறுமனே நின்றது. ஒருகணம் மனம் திக்கென்றது. டவலையும் நைட்டியையும் கதவின்மீது போட்டிருந்ததை உறுதிப்படுத்தியவளுக்கு ஒருவேளை மறு பக்கம் நழுவி விழுந்திருக்கலாம் என்று சந்தேகம் வந்தது. கூடவே சிரித்துக் கொண்டாள். "ஒண்ணுமே நெனப்பே இல்லாம போச்சு.. ச்சே" சிணுங்கியவள் "அழகா, அழகா... ஒரு நிமிஷம்" என்று குரல் கொடுத்தாள். ஒரு கணம்தான். சொற்களைத் தாவிப் பிடித்துவிடுவது போல் தடுமாறி உறைந்தவளின் கண்கள் இருண்டன. என்ன இது? அவன் காதில் விழுந்திருக்குமா? உடல் கிடுகிடுக்கப் பதுங்கி உட்கார்ந்தாள். சினம் கொண்டு அவனை இது வரையில் பார்த்திராதது நினைவுக்கு வந்தது. அய்யோ... என்ன மடத்தனம். எப்படி அந்தப் பெயர் நாக்கிலிருந்து இன்னும் தன்னிச்சையாய் முளைக்கிறது. வெளியிலிருந்து பதிலற்ற மௌனம் நீண்டிருக்க மறுபடியும் அவனை அழைத்தாள்.

"என்னங்க..." குரலே பதுங்கிச் சுருண்டு கொண்டது போலப் பிசிறு தட்டி பலவீனமாய் நடுங்கியது. இன்னொரு முறையும் கூப்பிட்டாள்.

அவனது நடமாட்டங்கள் இல்லாமல் வீட்டின் வெறுமை அவளது அழைப்புக்குப் பதில் சொல்லாது திம்மென்றிருந்தது.

நல்லவேளை, அவன் வீட்டில் இல்லை போலும். நிம்மதியாய் இருந்தது. அந்த தீச்சொற்கள் அவனைத் தீண்டியிருக்க வாய்ப்பில்லை என்பதே உரமிட்டது போல் அவளை நிதானப்படுத்தியது. எதிர்க் கடையில் புகைக்கப் போயிருப்பான். ஒருகணம் புரண்டு கவிழ்ந்த அந்நொடியை நிந்தித்தவளாய் நெற்றியில் அழுத்தமாய் மொத்தியபடி கதவை மெல்லத் திறந்தாள்.

தரையில் துணிகள் எதுவும் கிடக்கவில்லை. கதவை அவசரமாய் சாத்திக் கொண்டவள் எதையும் யோசிக்க முடியாத இருண்மையில் திணறினாள். இங்கே வந்து கழற்றினேனா, இல்லை கட்டிலில் எறிந்து விட்டு வந்தேனா? நிச்சயமாய் எதையும் தீர்மானிக்க முடியாத நடுக்கத்துடன் கதவைத் திறந்தவள். தடுமாறினாள். அவன் வரும் வரை காத்திருக்கலாம் என்று தோன்றியது.

மெல்ல வாசலை எட்டிப் பார்த்தாள். சமையல் மேடைக்கு மேலிருந்த ஜன்னலில் வேப்பமரத்தின் உச்சிக்கிளைகள் தென்பட்டன. உடலைக் குறுக்கிக் கொண்டு மெல்ல நகர்ந்தவள் வாசல் கதவினூடே கூர்ந்து பார்த்தாள். சற்றே துலங்கியிருந்த வெயிலில் நிழல்கள் அடர்த்தியாய் அசைந்தன. சலனங்கள் இல்லாது எதிர்க்கடை சோர்ந்திருந்தது. எங்கே போய்விட்டான்? வெற்றுடலின் முன் அந்தக் கேள்வியும் பதிலற்று நின்றது.

உள்ளறைக் கதவை அவசரமாய்த் திறந்து உடலை நுழைத்துக்கொண்டு நடுக்கத்துடன் சாத்திக்கொண்டாள். படபடப்பாயிருந்தது. ஜன்னல் கதவுகள் சாத்தப்பட்டிருந்ததில் அறையின் வெளிச்சம் வெகுவாய்த் தணிந்திருந்தது. தெளிவடையாத பார்வையில் அறையின் எல்லைகள் நீண்டு விட்டன போலிருந்தது. கண்களைத் தேய்த்துக்கொண்டாள். நிதானமாய் நெருங்கியவளின் எதிரில் கட்டில் வெறுமையாகக் கிடந்தது. உறைகள் நீங்கிய மெத்தையும் தலையணைகளும் புழக்கமற்ற மெருகுடன் கிடந்ததை உணர்ந்துவிட சற்றுநேரம்

பிடித்தது. இருள் பழகிய கண்களில் அறை வெளிற உடைகளைத் தேடினாள். அடி வயிற்றில் கிளர்ந்த அச்சம் கண்களில் முட்டிக்கொண்டு நின்றது. அறை மூலையிலிருந்த நைலான் கொடி சுமைகளற்றுத் தொய்ந்திருந்தது. உடுப்புகள் எவையும் அங்கிருக்கவில்லை. அவசரமாய் அலமாரியைத் திறந்தாள். துடைத்துப் போட்டது போல் இருந்த அதன் தட்டுகளில் மெல்லிய வாசனையுடன் நாப்தலின் உருண்டைகள் மட்டும் கிடந்தன. ஒவ்வொரு கணமும் வெறுமையின் கண்கள் இமை திறந்து அவளது உடலைத் துளைத்தன. அறையின் மெல்லிருட்டு மட்டுமே கட்டிலையொட்டிச் சரிந்தவளின் உடலைப் போர்த்திக்கொண்டிருந்தது.

கண்ணீர் வற்றியவளாய் நிதானித்த போது அவனது குரூரம் மட்டுமே அறையைச் சூழ்ந்து நின்றது. வெற்றுடலை வெறித்துச் சிரிக்கும் கீழ்மையை வெல்லும் ஏதோவொரு சன்னதம் கிளர்த்த ஆவேசத்துடன் அறையில் சுழன்றாள். எங்காவது ஒரு துண்டுத் துணி கிடைத்தாலும் போதும் என்பதுபோல் தேடினாள். ஜன்னல் திரையிலிருந்து தலையணை உறைகள் வரை உடல் அணைக்கும் சாத்தியம் கொண்ட அனைத்தையும் அவன் எடுத்துச் சென்றிருந்தான். பாவி! தலை சரிந்து கட்டிலில் மோதியவளின் கைகள் மெத்தையின் முரட்டு உறையை தீண்டியதும் வெடுக்கென்று நிமிர்ந்தாள். மெத்தை உறையை ஆவேசத்துடன் இழுத்தாள். கிழிபட மறுத்தது. நகங்களைத் துளைத்து வெறியுடன் இழுத்தாள். நூலிழைகள் நெகிழ்ந்து பட்டென்று அறுந்து ஓசையுடன் கிழிபட்டது. மெத்தையின் பஞ்சுக் கற்றைகள் மெல்ல விடுபட்டு நிமிர்ந்தன. புரட்டிப் புரட்டி துணியை கிழித்து எடுக்க, பஞ்சு திவலைகள் குமிழிகளென விடுபட்டுக் காற்றில் சுழன்று மிதந்தன. கிழிபட்ட வாக்கில் துணியை இழுத்து உடலில் சுற்றிக்கொண்டாள்.

போர்த்திக்கொண்டவளாய்க் கதவருகில் பதுங்கி உட்கார்ந்தவளின் உதடுகள் அனத்தலாய்ப் பிதற்றி கொண்டிருந்தன. “அழகா... அழகா...”

(காலச்சுவடு, 2004)

11
முனி மேடு

இருட்டு இன்னும் கனமாகவே கவிந்திருந்தது. அதன் ஆழ்ந்த மூச்சென குளிர். தொலைவில் மைதான விளக்கின் மஞ்சள் வெளிச்சம் பனியில் மந்தமாகி உறைந்திருந்தது. இரவில் மழை பெய்திருக்கவேண்டும். ஈரமும் குளிருமாய் காற்று உடலில் பட்டதும் ஒரு நிமிடம் வாசலிலேயே நின்றேன். "போய்த்தான் ஆகவேண்டுமா?" என்பது போல மனம் பின்வாங்கியது. கதகதப்பான படுக்கையறையும் வெதுவெதுப்பான போர்வையும் மீனாவின் அணைப்பும் போய் சுருண்டுகொண்டால் இன்னும் கொஞ்ச நேரம் ஆசையாகத் தூங்கலாம். அதன் பின்விளைவுகள் ஒரு நிமிடம் பயமுறுத்தின. சபலத்தை வளரவிடாமல் வாசல் கதவை சாத்திக்கொண்டு வெளியே வந்தேன்.

நடக்கத் தொடங்கும் முதல் சில நிமிடங்களுக்கு உடம்பு சொல்பேச்சு கேட்காதுதான். உடல் தன் கட்டிலிருந்து வெளிவந்து ரத்த ஓட்டத்தில் வெதுவெதுப்பு கூடத் தொடங்கி விட்ட பிறகுதான் அது தானாக நடக்கும். மிக சொற்ப நேரம்தான். ஆனால் அந்த கணம் வரை உடலை நாம்தான் நடத்திக்கொண்டு போகவேண்டும். கைகள் இரண்டையும் வேகமாக அசைத்துக்கொண்டு நடையில் வேகம் கூடியபின் மூச்சில் தெரியத் தொடங்கும் வேகமும் இதயத் துடிப்பின் லயமும் பெரும் உற்சாகத்தை கொண்டு சேர்க்கும். நடை வேகம் கூடி கழுத்துப் பக்கம் வேர்த்து நடு முதுகில் வேர்வை

வழியும்போது உடலில் சிறகு முளைத்து நாம் பறக்கத் தொடங்கியிருப்போம்.

வாசல்களில் கோலங்கள் முளைக்கத் தொடங்கியிருக்க வில்லை. இரவின் மிச்சங்களை கைகளில் பொத்தி வைத்து நின்றன மரங்கள். பறவைகள் இன்னும் புறப்பட்டிருக்கவில்லை. இரவில் நிறம் திரிந்து நிற்கும் உலகத்தில் பேதங்களில்லை. நம் மனதில் அதன் அழகெல்லாம் விலகி புரியாத பயம் மட்டுமே மிஞ்சி நிற்கிறது. துளி வெளிச்சமாவது தேவைப்படுகிறது, நாம் நம் மன தைரியத்தை முதலில் தேடிக் கொள்வதற்கு. விடிவானத்தின் சாம்பல் வெளிச்சத்தையும் மீறி நட்சத்திரங்கள் சில மின்னிக் கிடந்தன. மேல் வானில் நிலவு. பௌர்ணமிக்கு இன்னும் பத்து நாட்களாவது இருக்கவேண்டும். பௌர்ணமி நாளன்றும் அதற்கடுத்து இரண்டு நாட்களிலும் காலையில் வெளிச்சமும் குளிரும் கூடுதலாயிருக்கும்.

தெரு முனையை நெருங்கும்போதே காற்றில் சுருட்டு வாசனை. இரவுக் காவலுக்காக நியமிக்கப்பட்ட ஆறுமுகசாமி என்னைப் பார்த்ததும், சுருட்டை முதுகுப்பக்கமாய் மறைத்துக் கொண்டு சலாம் வைத்தார். அவருக்கு அறுபது வயது இருக்கலாம். இரவு பத்து மணி முதல் காலை ஆறு மணிவரை எங்கள் காலனியின் இரண்டு தெருக்களுக்கும் இரவுக் காவல் அவர்தான்.

மேட்டுப்பாளையத்திலிருந்து குறுந்தமலைக்குப் போகும் பாதைதான் என் காலை நடைக்கான பாதை. மேடும் பள்ளமுமாய் வளைந்தும் நெளிந்தும் நடைபழகும் குழந்தையின் ஒழுங்கற்ற தப்படிகளின் அழகு கொண்டிருந்தது. அடர்ந்த புளியமரங்களும் சமயங்களில் இலைகளே இல்லாமல் கிளைகள் மட்டும் நீட்டிக்கொண்டு நிற்கும் பாதாம் மரங்களும் கொன்றைகளும் வேம்புகளும் தூங்குமூஞ்சி மரங்களுமாய் பாதையின் இரு பக்கத்திலும் அடர்ந்து நின்றிருக்கும். நெளியும் பாதையில் நடக்கும்போது மேற்குத் தொடர்ச்சி மலையின் தோற்றம் புரண்டும் திரும்பியும் தடுமாறியபடியே இருந்தது. பாதையின் வளைவுக்கேற்ப கண்ணாமூச்சி ஆடியது. இன்னும் நன்றாக விடியவில்லை. அடர்ந்த சாம்பல் நிற இருளில்

மலைத்தொடரும் வானமும் வெளியுமாய் முயங்கி திறவாத பெரும் ரகசியமாய் உறைந்து கிடந்தது. காலை நேரத்துக்கான ஓசைகள் மெல்ல களைகட்டியிருந்தன. வைகறை துயில் எழுந்துவிட்ட பறவைகளின் சிலம்பல்களும் சில் வண்டுகளின் இரைச்சல்களும் தவிர இருளின் நீங்காத ரீங்காரமுமாய் பொழுது இன்னும் மந்தமாகத் தானிருந்தது. செப்பனிடப்படாத பாதையின் என் காலணிகளின் ரப்பர் ஆணிகள் அழுத்தமாய் படும் ஒலிதான் அந்த நேரத்திற்கு பொருந்தாமல் ஒலித்தது.

தார்ச் சாலையெங்கும் மஞ்சளும் சிவப்புமாய் பூக்கள் நிறைய உதிர்ந்திருந்தன. இரவு மழையின் ஈரத்துடன் அசையாமல் கிடந்தன. இரண்டு கைகளையும் காற்றில் வேகமாய் சுழற்றியபடியே நடந்தேன். சோம்பலிலிருந்து உடல் மொத்தமாய் விடுபட்டிருந்தது. முனிமேட்டுக்கு வந்து சேர்ந்திருந்தேன். முனியப்பன் கோயில் சாலையிலிருந்து சற்று தள்ளி தோட்டத்திற்குள் இருந்தது என்றாலும் சாலையை கடந்து போகும் போது முனியப்பனை பார்க்காமல் கடந்து விட முடியாது. உருட்டுக் கண்களும் முறுக்கு மீசையுமாய் இடது கால் மடக்கி உட்கார்ந்திருக்கும் முனியப்பனின் பதினாறடி உருவம் அந்த மேட்டுப் பகுதிக்கு அமானுஷ்யத்தை கூட்டித் தந்திருந்தது. வேல் கம்புகளின் மணிகள் ஒலித்தன. சிலீரென்று காற்று முகத்தில் மோதியது. புறங்கழுத்தின் வேர்வையைத் துடைத்துக்கொண்டேன். இந்த இடத்தில் பாதை சற்று சரிந்து பள்ளத்தில் ஓடி பின் மெல்ல வளைந்து மேலேறும். முனியப்பன் கோவில் அருகே பஸ் நிறுத்தம் உண்டு. தெரு முனையில் தேங்காய் பழக் கடைகள் விசேஷ நாட்களில் திறந்திருக்கும். பள்ளத்தில் நான்கு வரிசையில் ஆறேழு குடிசைகள் இருக்கும். முனியப்பன் கோயிலில் பொங்கல் என்றால் ஒலிப் பெருக்கிகள் முழங்க ராட்டினங்களும் பலூன் வளையல் கடைகளுமாய் திருவிழா கோலத்துடன் முனிமேடும் அந்தக் குடிசைகளும் உற்சாகம் கொண்டிருக்கும். பிற நாட்களில் பகலில் முனிமேட்டை தனியாகக் கடந்து போவதையே யாரும் விரும்பமாட்டார்கள்.

“வாக்கிங் போறது நீ முனிமேட்டுப்பக்கமா போறியாமே? உனக்கு புத்திகித்தி கெட்டுப் போச்சா?” என்று எதிர்வீட்டு

பெரியவர் என்னை ஒரு நாள் கடிந்துகொண்டு தலையிலடித்துக் கொண்டதை நான் பெரிசாய் எடுத்துக் கொள்ளவில்லை.

அவ்வப்போது காலை நடையில் என்னுடன் சேர்ந்து கொள்ளும் சங்கரன் முனிமேட்டுப் பக்கத்தில் வரும்போதுமட்டும் மௌனமாகிவிடுவான். நடையிலும் ஒரு அவசரம் ஒட்டிக்கொள்ளும். எனக்கோ முனிமேட்டுச் சரிவில்தான் கொஞ்சம் நிதானமாக நடக்கவேண்டும் போலிருக்கும். சரிவில் நிற்கும் மரங்களும் மஞ்சளும் வெள்ளையுமாய் பூக்கும் புதர்செடிகளின் அசைவும் வளைந்து மேலேறும் பாதையின் மறுபக்கம் சன்னமாய் எட்டிப் பார்க்கும் குறுந்த மலை கோபுர உச்சியும் அந்த இடத்திற்காக மட்டுமே அமைக்கப்பட்ட காட்சியாகத் தெரியும்.

சற்றும் இளகாத இருள்கூடிய வேளையில் முனிமேட்டில் இறங்கி ஏறிய சமயத்திலும் எனக்கு ஒருபோதும் பயமோ தயக்கமோ வந்ததில்லை. அந்த அமானுஷ்யம்தான் எனக்கு ஒருவேளை அழகாகத் தெரிகிறதா?அடர்ந்த புளியமரத்தையொட்டி சாலை சரிந்து இறங்கியது. நடை மெல்ல ஓட்டமாகியது. காற்றில் பொன்னரளிப் பூக்களின் வாசனை. நடுவரிசையிலிருந்த குடிசையொன்றிலிருந்து புகை நெளிந்து மேலேறியது. தண்ணீர் தொட்டியருகே மண் பறித்து படுத்திருந்த கறுப்பு நாய் தலையை தூக்கி வள்ளென்று குரைத்துவிட்டு மறுபடி படுத்துக் கொண்டது. வானம் தெளிந்து வெயிலின் ஆரம்ப நிறத்தை பூசத் தொடங்கியிருந்தது. மலைத் தொடரின் அடுக்குகளும் பசுமையும் நீலமும் கருமையுமாய் அவற்றின் நிற பேதங்களுடன் வெளிப்பட்டன. வேல் கம்பின் மணிகள் கலகலத்து ஒலித்தன. வாதநாராயணன் மரத்தை அண்ணாந்தபடியே மேட்டுப்பாதையில் ஏறத் தொடங்கினேன். பூக்களின் சிவப்பு இளவெயிலில் மேலும் சுடர்ந்தது. சற்றே மூச்சிரைப்பது போலிருந்தது. நடையைத் தளர்த்தி முகம் துடைத்தேன். புருவங்களில் வழிந்த வேர்வையைத் துடைத்துவிட்டு கண்களைத் திறந்தேன். எதிரில் பளிச்சென்று ஒரு பெண் முகம். சற்று தொலைவில் அவள் உருவம். கண்களை மின்னலெனப் பறித்தது. மேலேறும் பாதை முடியும் இடத்தில் முன் வரிசையில் இருந்த குடிசை வாசலில் அவள் நின்றிருந்தாள். நான் கூர்ந்து

பார்ப்பதை அறிந்ததும் சட்டென்று குனிந்து கொண்டாள். மெதுவாக நடக்கத் தொடங்கினேன். பார்வை அவளிலேயே நிலைத்திருந்தது. குனிந்தபடியிருந்த அவள் உடல் அசைந்தது. அவ்வப்போது தலைதூக்கி நான் வருவதை கவனித்திருந்தாள். அவள் கோலமிட்டுக்கொண்டிருந்தாள். அடர்பச்சை நிற நைட்டி அணிந்திருந்தாள். அள்ளி முடிந்த கூந்தலில் அலட்சியம் தெரிந்தது. ஒவ்வொரு முறையும் என்னை நிமிர்ந்து பார்க்கும்போது காட்சிப்பட்ட அவளது முகலட்சணம் என் நடையை குலைத்து தடுமாறச் செய்தது.

என் மார்புத் துடிப்பின் தடுமாற்றத்துக்கு என்ன காரணம் என்று தெரியவில்லை. முனி மேட்டில் ஏறிக் கொண்டிருந்தா இல்லை அவளை பார்த்ததா? பாதை இப்போது குடிசையை நோக்கி வளைந்து திரும்பியது. அவள் என் திசைக்கு நேர் எதிரில் குனிந்து முழங்காலை மடித்து உட்கார்ந்து கோலமிட்டபடி இருந்தாள். என்னைத் துளைக்கும் கண்கள் அவசரமாய் ஒரு முறை துடித்துச் சிரித்து கோலத்திற்கு மீண்டன. நைட்டியின் கழுத்துப் பகுதியும் அதன் இடைவெளியில் திரட்சி கொண்டு வெளுத்து மின்னிய மார் விளிம்புகளும் ஒரு கணம் என்னை தடுமாறச் செய்தன. முழங்கால்களின் அழுத்தத்தில் விம்மிப் பொங்கியிருந்த உடலின் வளமை என் மனதை ஈர்த்து நிறுத்தியிருந்தது. நான் நிற்கிறேனா? நடக்கிறேனா தெரியவில்லை. ஒவ்வொரு அடியும் புரியாத ஒரு மயக்கத்தில் கரைந்தது போல் உடல் நிலைகொள்ளவில்லை. நிமிர்ந்து எழுந்தாள். கோலத்தின் ஒழுங்கை சரிபார்ப்பவள் போல் ஒரு கணம் உடல் திருப்பி நின்றாள். நைட்டியின் ஆக்கிரமிப்பையும் தாண்டி அவளது உடலின் அழகை என் கண்கள் துழாவியடைந்தன. முகம் திருப்பி என்னை பார்த்தாள். பளீரென்று சிரித்தாள். கோலப்பொடியிட்ட கிண்ணத்தை குனிந்து எடுத்துக் கொண்டு குடிசைக்குள் நடந்து மறைந்தாள். அவளது கால் கொலுசோசை இன்னும் இன்னும் என்று குடிசைக்குள்ளிருந்து கேட்டுக் கொண்டேயிருந்தது.

உடல் மொத்தமும் வேர்வையில் நனைந்து சொட்டியது. மார்புத் துடிக்கும் ஓசையை நான் அத்தனை துல்லியமாய் கேட்டதில்லை. தரையிலிருந்து ஒவ்வொரு அடிக்கும் கால்களை

மேலிழுத்து வைத்து நடக்க வேண்டியிருந்தது. படபடப்பும் நடுக்கமுமாக உடலே பின்னிக்கொண்டு ஒத்துழைக்க மறுத்தது.

அவளது பார்வையும் சிரிப்பும் அலட்சியமும் அழைப்பும் கொண்ட உடல் அசைவுகளும் உள்ளுக்குள் பெருகிப் பெருகி என்னை நிறைத்துக் கொண்டிருந்தன. அவள் முகம் நான் நன்கறிந்த முகம். அந்தக் கண்களை இதற்கு முன் பல்லாயிரம் முறை நான் பார்த்திருக்கிறேன். அவள் வாசனைகூட நானறிந்த ஒன்றுதான். மனம் அவளது தடயங்களைத் தேடித் தவித்தபடி திசையெங்கும் ஓடிக் கொண்டிருந்தது. துண்டுப் படங்களாய் அவளது அசைவுகள் சிதறி என்னைத் தடுமாற்றின.

எது வரையிலும் நான் நடந்தேன், எந்த இடத்தில் திரும்பி எப்படி வந்தேன் என்பதே எனக்குத் தெரியவில்லை. பால்வீதியின் பல்லாயிரம் நீள்வட்டப் பாதைகளையும் என் கால்கள் அளந்து தீர்த்ததுபோல் உடல் களைத்திருந்தேன். இனியும் என்னால் ஓரடிகூட கால்களை நகர்த்த முடியாது என்ற நிலையில் கண்களை கசக்கிக் கொண்டு விழித்தபோது நான் என் வீட்டுத் தெரு முனைக்கு வந்திருந்தேன். உடல் பெரிதும் சோர்ந்திருந்தது. இன்னும் மார்புத்துடிப்பு சீர் பெற்றிருக்கவில்லை. என்னை நானே நொந்துகொண்டேன். என்ன ஆகிவிட்டது எனக்கு? என்ன அப்படி பார்க்காத அழகை பார்த்துவிட்டேன்? யாரோ ஒருத்தி வேடிக்கை பார்த்துக் கொண்டு நிற்கிறாள். நான் அவள் அழகில் மயங்கி இப்படி ரத்தம் கொதிக்க நடுங்குகிறேன். அபத்தம். மனம் பெரும் வியப்புடன் சிரித்தது. காலை நடை முடிந்து வழக்கமாய் திரும்பும்போது உடலில் களைப்புடன் கூடியிருக்கும் முறுக்கம் இல்லை. பெரும் பதட்டத்தை கட்டாயமாக மறைக்க வேண்டியிருந்தது. நிதானிப்பதற்காகவே தெரு முனை டீக்கடையில் தினத்தந்தியின் தாள்களை கவனமின்றி மேய்ந்தேன். தினத்தந்தியின் ஒவ்வொரு பத்தியும் அவளையே வர்ணிப்பதாக இருந்தது. கண்களில் இருந்த வசீகரத்தின் தீர்க்கத்தை இன்னும் மனதிலிருந்து விடுவித்துவிட முடியவில்லை.

மறுநாள் விடிகாலையில் புறப்படும்போது நான் இயல்பாயிருக்கவில்லை. வழக்கத்துக்கு மீறிய பரபரப்பு. வெளியே

வந்தபோது கடும் இருட்டு பயமுறுத்தியது. விடிவதற்கான துளி அடையாளமும் இல்லை. மணி இன்னும் நான்குகூட ஆகியிருக்காது போலிருந்தது. ஒரு நிமிடம் என் பரபரப்பு எனக்கே வெட்கமாக இருந்தது. காற்றில் சுள்ளென்று குளிர். தெருவிளக்கின் ஒளி சலனமின்றி தெருவை நிறைத்திருந்தது. இருட்டுக்கேயுரிய மெத்தனமான மௌனம் உறைந்து நின்றது. ஆறுமுகசாமி கைத்தடியைத் தரையில் தட்டியபடி வந்தார். வாசலில் என்னைப் பார்த்ததும் யாரது என்று டார்ச் ஒளியை என் மீது ஓடவிட்டார். “ஐயா, நாந்தான்” என்று என் குரலும் முகமும் உறுதியானதும் “தம்பி, தப்பா நெனச்சுக்காதீங்க. என்னது இந்த நேரத்துல வெளிய கௌம்பீட்டிங்க” என்றார். கையில் சுருட்டு கமகமத்தது. சிவப்பு நிற மப்ளர் காதுகளை சுற்றி இறுக்கியிருந்தது. “வாக்கிங் போலாம்னு கௌம்பினேன். இன்னும் விடியல போலிருக்கு” என்று சிரித்தேன். ஆறுமுகசாமி சிரித்தார். “என்னது அம்மா வீட்ல இல்லியா?” என்றவர் என்னிடமிருந்து பதில் இல்லை என்று தெரிந்ததும் “என்ன மாதிரி வயசானவங்கதான் தூக்கம் வராம இப்பிடி கண்ட நேரத்துல உலாத்துவோம். அதான்” என்றவர் சிரித்துக் கொண்டே நகர்ந்தார். கைத்தடியை சீராக தட்டியபடியே நடந்தார். நான் என்ன செய்வதென்று தெரியாமல் படிகளில் உட்கார்ந்தேன்.

செய்தித்தாளின் மை வாசனை கொஞ்சமும் ஈர்க்கவில்லை. மனம் திரும்பத் திரும்ப இங்கிருந்து முனிமேட்டுக்கு உள்ள தொலைவையும் சராசரியான என் வேகத்தில் முனிமேட்டிற்கு சென்று சேர ஆகும் நேரத்தையும் கணக்கிட்டுத் தவித்தது. நேற்று நான் முனிமேட்டை அடையும்போது மணி 6.10. அவளை நான் பார்த்த சமயத்தில் அவள் கோலத்தை பூர்த்தி செய்துவிட்டிருந்தாள். என்றால் வெளியே வந்து வாசலைப் பெருக்கி நீர் தெளித்து கோலமிடத் தொடங்க எப்படியும் 15 நிமிடமாவது எடுத்துக் கொண்டிருப்பாள். எப்படிப் பார்த்தாலும் முனிமேட்டை நான் 5.45க்கு அடைந்துவிட்டால் அவளை இன்னும் கொஞ்ச நேரம் பார்க்க முடியுமென்று மனம் பரபரத்தது. செய்தித்தாளை அப்படியே போட்டுவிட்டு மணி பார்த்தேன். 4.40தான் ஆகியிருந்தது. இன்னும் இருபது நிமிடமாவது கழித்துத்தான் புறப்பட வேண்டும். இருபது நிமிடங்கள்.

வேறொரு கவலையும் முளைத்தது. 5.45க்கு முனிமேட்டை நான் நினைப்பதுபோல போய் சேர்ந்துவிட்டாலும் மேட்டிலிருந்து இறங்கி ஏறி அந்தப் பகுதியை நான் நடந்து கடக்க அதிகபட்சம் பத்து நிமிடங்கள்தான் ஆகும். எத்தனை மெதுவாக நடந்தாலும். அரை மணி நேரம் அவளை எப்படி பார்த்துக்கொண்டு நிற்க முடியும். ஒரு வேளை அவள் கையிலிருந்து இன்றைக்கென்று சின்னதாய் ஒரு கோலம் முளைத்துவிட்டால் அதில் கணிசமான நேரம் இழக்கவேண்டி நேரிடும். அவள் தன் குடிசை வாசலில் தினமுமா கோலமிடுகிறாள்?. இத்தனை நாள் நான் எப்படி கவனிக்காது போனேன்? சாதாரணமாய் புள்ளி வைத்து கோலம் போட பெண்கள் எத்தனை நேரம் எடுத்துக் கொள்வார்கள்? மீனா வாசலில் கோலம் போட்ட சமயங்களில் ஒருபோதும் இதையெல்லாம் நான் கவனித்ததில்லை. இப்படிக் கவலைப்பட்டதுமில்லை. எவளோ ஒருத்தி முனிமேட்டு விளிம்பில் ஒரு குடிசை வாசலில் கோலமிடுவதைப் பற்றி இப்படி விடிகாலையில் உடல் துளைக்கும் குளிரில் உட்கார்ந்து கவலைப்பட்டுக் கொண்டிருக்கிறேன். வெட்கமாயிருந்தது. தலையை உதறிக் கொண்டு வானத்தைப் பார்த்தேன். மேகங்களில்லாத துல்லியமான வானம். நட்சத்திரங்கள் மின்னித் துடித்தன. பார்க்கப் பார்க்க திசைகள்தோறும் பெருகி வானமெங்கும் நிறைந்தன. கருநீலப் புடவையென்று கவிஞன் சொன்னது இது போலவொரு வேளையில் வானம் பார்த்துத்தான் சொல்லியிருக்கவேண்டும். வானமும்கூட கருநீல மண்கொண்ட வாசல்தான். நட்சத்திரங்கள் ஒரு பெரிய கோலத்திற்கான வரிசை மாறிய புள்ளிகள். மாய விரலிலிருந்து இழைகள் வளைந்து புள்ளிகளை இணைப்பதற்குள் அவளுக்கு வேறு அவசர வேலை வந்திருக்க வேண்டும். பாலுக்காகப் பிள்ளை அழுததோ? பசித்ததென்று கொண்டவன் அழைத்தானோ? கோலமிட நேரமின்றி புள்ளிகளே போதுமென்று விட்டுவிட்டாள் போலும்.

ஆறுமுகசாமியின் கைத்தடியோசை சீராக ஒலித்து நெருங்கியது.

ஷூக்களை இறுக்கிக் கொண்டு புறப்பட்டேன். மீண்டும் மனம் பாதையின் தொலைவையும் அடையும் நேரத்தையும் கணக்கிடத் தொடங்கியிருந்தது. தொலை தூரத்து மலைகளின்

வரிசையில் குவிந்திருந்த கவனம் இன்று இப்படி முனிமேட்டுக் குடிசை வாசலில் தவம் கிடக்கும் விசித்திரத்தை எண்ணி சிரித்தபடியே நடந்தேன். சாலையோரக் குற்றுச் செடிகளில் நேற்றிருந்த ஈரம் துளியும் இல்லை. பனியின் மிக மெல்லிய மினுமினுப்பு. காற்றில் விநோதமான வாசனை நிறைந்திருந்தது. சில நாட்களில் பிள்ளையார் கோயில் நந்தவனத்திலிருக்கும் மனோரஞ்சிதப் பூவின் மணம் இப்படி அதிகாலையில் காற்றை நிறைத்திருக்கும். ஆனால் இது மனோரஞ்சிதத்தின் வாசனை இல்லை. பொன்னரளியா? சம்பங்கியா? என்னால் பிரித்தறிய முடியவில்லை. நடையின் வேகத்தை முடிந்தமட்டிலும் மட்டுப்படுத்தவே நினைத்தேன். ஆனாலும் வேகமாகவே நடந்துகொண்டிருந்தேன்.

தொலைவில் முனிமேட்டில் புளியமரங்கள் அடர்ந்த இருளில் திம்மென்று நிற்பது தெரிந்தது. பள்ளத்திலிருந்த மரங்களின் உச்சிகள் மட்டும் மேட்டுப் புளிகளின் உருவத்தோடு சேர்ந்து விநோத வடிவத்தை உருவாக்கியிருந்தது. கால்களில் மெதுவாக நடுக்கம். நேற்றைக்கு இருந்ததைவிட இன்று வெளிச்சம் கூடுதலாகவே இருந்தது. ஆனாலும் என்னால் எதையும் தெளிவாகப் பார்க்க முடியவில்லை. கலைந்து நெளியும் காட்சியினூடே முனிமேடு பயமுறுத்தியது. புளியமரத்தை நெருங்கியதும் ஒரு கணம் நின்றேன். பள்ளத்தைத் தாண்டி மேட்டின் மறுபக்கச் சரிவில் அந்தக் குடிசை. மங்கலான வெளிச்சத்தினூடே சலனமற்றிருந்தது குடிசையின் வாசல். மலைச் சரிவின் நுனியில் சூரிய ஒளியின் வெளிர் மஞ்சள் மினுமினுத்தது. வலசை போகும் பறவைகளின் வரிசை நீண்டபடியே இருக்க முனிமேட்டின் கடைவாசலில் கிடந்த கருப்பு நாய் காற்றில் தாவித் தாவி குரைத்தது. மெல்ல சரிவில் இறங்கினேன். குடிசையின் வாசலில் அசைவு தென்பட்டதும் நின்று கவனித்தேன். அதே பச்சை நிற நைட்டியுடன் அவள் கையில் தண்ணீர் பாத்திரம். அள்ளி வாசலில் இறைத்தபடியே நகர்ந்தாள். அவளது அசைவுகள் ஒரு கணம் தயங்கின. என்னை அவள் பார்த்திருக்க வேண்டும். கூர்ந்து பார்த்தேன். இன்னும் அவளது முகம் தெளிவுபடவில்லை. அவசரமாய் தண்ணீரை அள்ளி இறைத்துவிட்டு குடிசைக்குள் மறைந்தாள்.

வேகமாக நடந்து மேட்டில் ஏறினேன். மனம் அவசரப்பட்டது. மீண்டும் அவள் வெளியே வந்தாள். இப்போது எனக்கும் அவளுக்குமான தூரம் குறைந்திருந்தது. அவளது உருவம் துலங்கி கருக்கிருட்டிலிருந்து மீண்டெழுந்தது. தலை வாரிப் பின்னியிருந்தாள். முகத்தில் சுண்டியிழுக்கும் வசீகரச் சிரிப்பு. என் நடை இயல்பாகவே தளர்ந்தது. அவளையே உற்றுப் பார்த்தபடி நடந்தேன். மூச்சு வாங்கியதும் முதுகுப் புறத்தில் வேர்வை நனைத்ததும் எனக்குத் தெரியவில்லை. ஒரு முறை ஆழமாய் என்னைப் பார்த்தவள் குனிந்து புள்ளியிடத் தொடங்கினாள். குனிந்து நிமிரும் ஒவ்வொரு முறையும் அவளது கண்கள் என்னைத் தொட்டு மீண்டன. தளர்ந்த நைட்டியின் கழுத்து விளிம்பில் திமிறி வழிந்த அவளது இளமை என்னைத் திணறடித்துத் ததும்பியது. எனது அவஸ்தையை அவள் ஒற்றறிந்ததுபோல உதடு. சுழித்து சிரித்திருக்க அவளது மாய விரல்களிலிருந்து கோல இழைகள் அறுபடாமல் விழுந்து நிலமெங்கும் சுழித்தோடி என் பாதங்களை கவ்வியிழுத்தன. அவளை கடந்து நான் நடந்துகொண்டிருந்தபோதும் என் கண்கள் அவளிலிருந்து விலகாது அவளையே பற்றிக் கொண்டிருந்தன. சாலையிலிருந்து விலகி ஓரத்தில் இருந்த புதரில் கால்கள் வசமிழந்து சாய்ந்தேன். ஒரு கணம் சுதாரித்துக்கொண்டு கால்களை ஊன்றி நின்றேன். விழுந்திருக்க வேண்டும். நல்ல வேளை. சாலையில் வந்து நின்று அவளைத் திரும்பிப் பார்த்தேன். வாயை பொத்தியபடி சிரித்துக் கொண்டிருந்தாள். அவளது சிரிப்பின் ஓசை மெல்ல வலுத்து வெடித்தது. பொத்தியிருந்த கையை விலக்கிக் கொண்டு குலுங்கிச் சிரித்தாள். ஒரு கணம் அவளது சிரிப்பும் பார்வையும் என் முதுகுத் தண்டில் சுரீரென்று தைத்து மீண்டன. அவசரமாய் பார்வையை விலக்கி விட்டு நடந்தேன்.

அன்று முழுவதும் அந்தச் சிரிப்பு என்னை விடாது துரத்திக் கொண்டிருந்தது. அவளை வேண்டி மனம் மேலும் மேலும் தவித்தபடி முனிமேட்டுப் பக்கமாகவே தாவியோடியது. ஏதேனும் ஒரு சாக்கில் முனிமேட்டுப் பக்கமாய் வண்டியை எடுத்துக்கொண்டு போகலாம் என்றும் தடுமாறியது. எதிலும் கவனமின்றி பதற்றமாகவேயிருந்தது. என்ன மாதிரியான சிரிப்பு?

அவளது மேகவர்ணமும் மின்னல் சிரிப்பும் இப்போது என் உடலை சீண்டுவதாயில்லை. மெல்ல மெல்ல பயம்தான் வந்தது. யார் அவள்? ஒரு நாள் முழுக்க அவளை நினைத்து தடுமாறும் அளவு அவளுக்கும் எனக்கும் என்ன சம்பந்தம்?

ஒவ்வொரு நாளும் முனிமேட்டைக் கடக்கும் வேளையில் அவளது இருப்பு என் உடலில் விநோதங்களைக் கிளர்த்தின. அவளது முகச் சிரிப்பு எனக்காக மேலும் மேலும் வசீகரம் கொண்டது. உடல் அசைவுகளும் என் வருகையின் போதான அவளது நிதானங்களும் அலட்சியங்களும் பொருள் துலங்கி அவஸ்தையேற்றின. அவள் பார்வையைத் தாங்காது விலகியோடியது போய் இப்போதெல்லாம் நானும் சிரிக்கத் தொடங்கியிருந்தேன். ஒரு தலையசைப்பும்கூட வசமாகியிருந்தது.

அவளது வாசல் கோலங்கள் விரிந்துகொண்டே போயின. அதன் நுட்பங்கள் துல்லியமாகி அழகோடின. சில நாட்களில் நான் அவள் பாதையைக் கடக்கும்மட்டும் வெறுமனே நின்றுகொண்டு விரல்களால் பொடியை திரித்துக்கொண்டு மட்டுமே நிற்பாள். அன்றெல்லாம் வாசல் கோலம் கொள்ளாது வெறுமை அணியும்.

என் மனம் மெல்ல மெல்ல பயத்துடனும் ஆசையுடனும் அவளுடனான கற்பனைகளின் அடுத்தடுத்த வாசல்களைத் திறந்துகொண்டே போனது.

வானம் திறந்துகொண்டு மழை கொட்டிய ஒரு நாள் அதிகாலையில் மழை கோட்டும் குடையுமாய் நடைபோகத் தயாரான என்னை மீனா விநோதமாய் பார்த்தாள். அவளது கேள்விகளை எதிர்கொள்ள முடியாமல் மழை நிற்பதற்காக காத்துக் கிடந்தேன். ஆனால் மழையும் எனக்கு ஒத்துழைக்கவில்லை.

பத்து மணிக்கு நேராக அலுவலகத்துக்குத்தான் போக முடிந்தது. நாள் முழுக்க மனச்சோர்வும் நடுக்கமும் எனை வாட்டின. ஒவ்வொரு கணமும் மிக சாவகாசமாய் அந்த நாளை நீட்டித்துக்கொண்டேயிருக்க மாலையில் அலுவலகத்திலிருந்து வீட்டுக்குப் போகாமல் குருந்தமலைச் சாலையில் வண்டியை

செலுத்தினேன். அதிகாலை வேளைகளில் மட்டுமே எனக்கு அறிமுகமாயிருந்த அந்தச் சாலையும் அதன் சுற்றுப்புறங்களும் இப்போது முற்றிலும் புதியனவாய்த் தெரிந்தன. முனிமேட்டை நெருங்கும்போது மாலையின் மஞ்சள் வெயில் மலைச் சரிவில் குதூகலத்துடன் சரிந்திருந்தது. குடிசையும் அதன் அருகாமையும் புதிய உயிர்ப்புடன் துலங்கி நின்றன. பூட்டியே நான் பார்த்திருந்த பெட்டிக்கடையில் நடுத்தர வயதுப் பெண்ணொருத்தி தடித்த மூக்குத்தியுடன் பூத் தொடுத்துக் கொண்டிருந்தாள். முனியப்பனின் கண்கள் உக்கிரத்துடன் ஓயாத திசைவெளியைத் துளைத்துக் கொண்டிருந்தன. அடர்ந்த மீசை கருத்து மின்னியது. குடிசையின் வாசல் கதவு சாத்தியிருந்தது. யாரையும் காணவில்லை. வண்டியின் வேகத்தைத் தணித்து சுற்று முற்றும் நோட்டமிட்டேன். கோல இழைகள் நீண்டு தார்ச் சாலையைத் தொட்டிருந்தன. ஒவ்வொரு திசையிலும் கோலப் பொடியின் மெல்லிய இழைகள் மினுமினுப்புடன் நெளிந்தும் வளைந்தும் இலைகொண்டும் மலர் மொக்குகள் கொண்டும் பரவிக் கிடந்தன. செம்மண் வாசலில் காற்றுடன் போராடி பின்னும் காத்துக்கிடந்த கோலத்தின் மிச்சங்கள் என்னைக் கண்டதும் பொலிவுகொண்டது போல் ஜொலித்தன. குடிசை ஆளரவமற்று வேடிக்கை பார்த்திருந்தது. மழையின்போதே கோலமிட்டிருப்பாளா? அல்லது மழை விட்டபின்பும் நான் வரும் திசை தேடி கண்கள் தவித்திருக்க கை விரல்கள் பழக்கப்பட்ட புள்ளிப் பாதையில் கோலத்தை இட்டு முடித்தனவா?

குருந்தமலைக்குப் போகும் மினிபஸ் முனிமேட்டில் ஏறி மறுபுறம் இறங்கி மறைந்தது. பஸ்ஸிலிருந்த எல்லோரும் என்னையே பார்ப்பது போலிருந்தது. அதற்கு மேலும் அங்கே நிற்க முடியாது. வண்டியைக் கிளப்பிக் கொண்டு புறப்பட்டேன்.

அதன்பிறகு அலுவலக வேலையாக ஒரு வாரம் வெளியூர் போக வேண்டியிருந்ததில் எனது காலை நடை தடைபட்டது. வெளியூரில் விடுதியில் தங்கியிருந்தபோது முதல் இரண்டு நாட்களின்போது விடியலின் சலனங்கள் விநோதமான கனவுகளுடன் என்னை ஆக்கிரமித்திருந்தன. ஏதோவொரு நீண்ட மண் பாதையின் ஒவ்வொரு திசையும் விடியலின்

கிரணங்களுடன் திறந்து கொள்ள நான் வெறுங்காலுடன் நடந்துபோகிறேன். மண்ணில் பதியும் ஒவ்வொரு காலடிச் சுவடிலும் வேர்வைத் தடங்கள் கொப்புளிக்க தொலை தூரத்தில் புள்ளிகள் அணிவகுக்கின்றன. ஒரு கணத்தில் ஒவ்வொரு காலடித் தடமுமே புள்ளிகளாகிட அவளது நீண்ட கருங்கூந்தல் வளைந்தும் நெளிந்தும் புள்ளிகளை இணைத்தபடியே கோலத்தை வரைகின்றன. கூந்தலின் மணம் என்னை திணறடிக்கிறது. காலடித் தடங்களைக் கோர்த்து முடித்ததும் கூந்தல் கற்றை என் பாதங்களைப் பற்றி மேலேறுகின்றன. கூச்சத்துடனும் தாங்கமுடியாத சிலிர்ப்புடனும் பாதையில் நான் சரிய கூந்தலை விலக்கிக் கொண்டு அவள் தலைசாய்த்து எனைப் பார்த்து சிரிக்கிறாள். உடலெங்கும் ஊர்ந்திடும் முத்தத்தின் ஈரத்தை தாங்க முடியாமல் புரள்கிறேன்.

கனவின் ஈரமும் குளிரும் என்னை விழிக்கச் செய்தபோது வெயில் மேலேறிக் கிடந்தது. அந்த இரண்டு நாட்களுமே நான் என் வசத்தில் இல்லை. புதிய இடமும் சுட்டெரித்த வெயிலும் சேர்த்து மனச்சோர்வை மேலும் இரட்டிப்பாக்கியது. தொடர்ந்த நாட்களில் வேலைப் பளுவை இழுத்துப் போட்டுக் கொண்டதில் காலை நேரத்து பரபரப்பும் தடுமாற்றமும் காணாமல் போயின. விடுதியிலிருந்து சீக்கிரமே வெளியேறி வெகு தாமதமாய் இரவின் கரங்கள் சோர்ந்திறங்கும் வேளையில் திரும்பினேன். காலையில் வெகு நேரம் வரை தூங்கினேன். எல்லாம் சேர்ந்து அதிகாலையின் படபடப்பை விலக்கி வைத்தாலும் ஏதோ ஒரு மூலையிலிருந்து அவளது சிரிப்பு என்னைத் துளைத்துக் கொண்டேயிருந்ததை நான் உணராமல் இல்லை.

ஊர் திரும்பிய பிறகு நான் அலுவலகம் போகும் வழியில் சங்கரனைப் பார்த்தேன். அன்னூர் பேருந்துக்காக காத்திருந்தவன் அவசரமாய் என்னிடம் சொன்ன விஷயங்கள் என்னை அச்சுறுத்துவதாயிருந்தன.

'ஒரு வாரமா நீ ஊர்ல இல்லியா? நம்ம முனிமேட்டுக் கதை உனக்குத் தெரிஞ்சிருக்காது. ஒரு வாரமா யாரோ ரோடெல்லாம் கோலம் போட்டு வெக்கறாங்களாம். தெனம் தெனம் அந்தக் கோலம் நீண்டுக்கிட்டே வருதாம். ஒரே

அதிசயமா சனங்கெல்லாம் போய் நின்னு வேடிக்கைப் பாக்கறாங்க. யார் போடறா? எப்பப் போடறாங்கன்னே யாருக்கும் தெரியலையாம். ஆனா விடிஞ்சதும் போய் பாத்தா கோலம் புத்தம் புதுசா இருக்குதாம். காலையில நாம வாக்கிங் போகும்போது பாக்கலாம்..."

கால்கள் நடுங்கின. பதில் பேசமுடியாமல் மேலண்ணத்தில் நாக்கு ஒட்டிக்கொண்டது. உடலெங்கும் வேர்த்துக் கொட்டியது. உள்ளுக்குள் தணிந்து போயிருந்த அந்தப் பார்வையின் ஆழம் மெல்லத் துலங்கி கூர்பெற்றது. அவளது சிரிப்பும் உடலும் நினைவில் மிதந்து கண்களை இருளச் செய்தன. சாலையெங்கும் நெளியும் கோலங்களின் மூர்க்கத்தைக் கண்டறிந்தது போல மனம் பேதலித்தது. மழை நாளின்போது சாலை வரையிலும் நீண்டிருந்த கோலங்கள் இந்த சில நாட்களில் கிளைவிரித்து நீண்டு என் காலடித் தடங்களைத் தொடர்ந்து வந்திருக்கின்றன. அதன் இலக்கு எதுவென்று தெரியாது. எல்லோரும் வியந்து வேடிக்கை பார்க்கிறார்கள்.

யார் கண்ணிலுமா படவில்லை அவள்?

நாளெல்லாம் அச்சம் என்னை சூழ்ந்திருந்தது. எதிர்கொள்ளும் யாவரும் முனிமேட்டில் விரியும் கோலங்களைப் பற்றியே பேசினார்கள்.

முனிமேட்டுப் பகுதியில் அடிக்கடி உயிர்கொல்லும் விபத்துகள் நடைபெறுவதால் முனியின் உக்கிரம் தணிக்க கன்னிப் பெண்கள் இரவில் நிர்வாணமாய் கோலமிடுவதாய், தேவலோக சுந்தரிகள் முனிமேட்டையொட்டிய ஆனைமலைச் சரிவில் குடியேற இருப்பதன் அடையாளங்களே அந்தக் கோலங்கள் எனவும், திருமண தோஷம் கொண்ட கன்னியர்களுக்கு மணயோகம் சித்திக்கவென்று ஆனைகட்டி சாமியார் சொன்னதால் பெண்கள் கூடிக் கோலமிடுவதாயும் விதவிதமாய் கதை புனைந்தார்கள்.

அன்றிரவு மீனாவும் முனிமேட்டுக் கதையை விஸ்தாரமாய் சொல்ல முனைந்தபோது அதுவரையில் எனக்குள் அடக்கி வைத்திருந்த ஆத்திரம் மொத்தமும் அவள் மேல் வெடித்தது.

ஆத்திரம் தீர நான் கத்தி ஓயும் வரை காத்திருந்தவள் என் முக விகாரத்தை விநோதமாய் பார்த்தபடியே உள்ளே போனாள்.

“என்னவோ மனுஷன் தினம் தினம் அந்தப் பக்கமா வாக்கிங் போறீங்களேன்னு அக்கறையா சொன்னா இப்பிடி பேயடிச்ச மாதிரி கத்தறீங்க. அந்தப் பக்கமா ஏதோ மோகினி நடமாட்டம்னு சொல்றாங்க. நீங்க பத்திரமா இருக்கணும்ங்கற அக்கறையிலதான் சொன்னேன்.”

குரல் கம்ம கண்ணீரைத் துடைத்தபடி அவள் போனபின்பு தான் அவள் சொன்ன கதை எனக்கு உறைத்தது.

அந்த கோல இழைகள் இப்போது குடிசையின் கூரையில் ஏறத் தொடங்கிவிட்டதாகவும் வாசலை அடைத்துக் கொண்டு தொங்குகிறதாகவும் அந்தக் குடிசை வெகு நாட்களாகவே பூட்டிக் கிடப்பதாயும் ஆறு மாதங்களுக்கு முன்புதான் அந்தக் குடிசையில் இருந்த ஒரு இளம்பெண் காதல் தோல்வியில் தூக்குப் போட்டுக்கொண்டு செத்துப் போனதாகவும் அப்போதிருந்து யாரும் அதை திறக்கவில்லை என்றும் பேசிக் கொள்கிறார்களாம்.

அவளது உடலையும் முகத்தையும் என் மனம் மேலும் மேலும் துல்லியப்படுத்த முயன்றது. வெண் புகையாய் கலையும் உருவத்தில் ஒரு மின்னல் சிரிப்பை மட்டுமே என்னால் அடையாளப்படுத்திக் கொள்ள முடிந்தது. உறையாத சிரிப்பின் வசீகரம் இப்போது ஆசையை முடக்கி அச்சம் விதைத்தது. பச்சை நைட்டியும் உயிர் துளைக்கும் பார்வையும் அவளைக் காணும்போதெல்லாம் காற்றில் நான் உணரும் விநோத வாசனையும் இப்போது எனக்கு வேறு அர்த்தங்களைத் தந்து அச்சுறுத்தின.

மறுநாள் காலையில் வெகு சீக்கிரமே விழித்துக் கொண்டபோதும் வெளியே வரவில்லை.

மீனாவின் குரல்தான் என்னை உலுக்கி எழுப்பி வாசலுக்கு வரவழைத்தது. “என்னங்க, இங்க வந்து பாருங்க. சீக்கிரமா வாங்க...”

முகத்தைத் துடைத்துக்கொண்டு வெளியே வந்தேன். கரையத் தொடங்கிய கருக்கிருட்டின் இளம் வெளிச்சத்தில் என் வீட்டு வாசல். மீனா வாசலை சுட்டிக்காட்டினாள். அப்போதுதான் போட்ட கோலம் வாசலை அடைத்துக்கொண்டு கிடந்தது. கோல விழுதுகள் பின்னிக் கொண்டு நெளிந்து மின்னின. எப்போதும் அவளை நான் உணரும் தருணம் வந்து சேரும் விநோத நறுமணம் இப்போதும் காற்றை நிறைத்திருந்தது. கோலப் பொடியின் மிச்சம் மின்னும் அவள் விரல்களின் வெம்மையை என் பாதங்கள் உணர்ந்தபோது கோலங்கள் மீண்டும் கிளைத்து அசைந்தன.

(உயிர்மை, 2007)

12

அக்காவின் கருப்பு வெள்ளை புகைப்படம்

சோமனூர் ஸ்டேஷனில் பேசஞ்சர் வண்டி ஓய்ந்து நின்ற நிமிடத்தில்தான் செல்வியை நான் பார்த்தேன். செல்விதானா என்று சந்தேகம் இருந்தது. பிளாட்பாரத்தை அடுத்து நிலையத்தின் இரும்பு வேலியைத் தாண்டி வரிசையாக இருந்த ஓட்டுவீடுகளின் வாசல் ஒன்றில் பல் துலக்கியபடி நின்றிருந்தாள். மூன்று வருஷங்களுக்கு முன்னால் கைக் குழந்தையுடன் பார்த்த உருவத்தைவிட பதினொன்றாம் வகுப்பு மாணவியாக பச்சை வெள்ளை சீருடையும் ரெட்டைப் பின்னலுமாக வீரபாண்டியில் பார்த்ததுதான் நினைவில் இருக்கிறது. உருவம் மொத்தமாக மாறிப் போயிருந்தாலும் அவளது முகச் சாயல் அப்படியேதானிருந்தது. நல்ல கருப்பு. அக்காவுக்கோ மாமாவுக்கோ யாருமே கருப்பென்று சொல்ல முடியாத நிறம். இவளுக்கு மட்டும் எப்படி வந்து சேர்ந்தது இப்படியொரு கருப்பு என்று அக்காவே பலமுறை அங்கலாய்த்ததுண்டு. "கருவாச்சிப் புள்ளே.." என்றுதான் அம்மா கூப்பிடுவாள். அதோடு பேசும்போதும் சிரிக்கும்போதும் அவளது கடவாய் கோணிக்கொண்டுவிடும்.

அக்காவுக்கு மூன்று பிள்ளைகள். மூத்தவன் துரைசாமி. என்னைவிட ஒரு வயது கூடுதல். நெடுநெடுவென்று முரட்டுத்தனமும் வம்புமாகவே இருப்பான். மாமாவின் உயரம் அவனுக்கு வாய்த்திருந்தது. செல்வி அக்காவுக்கு

இரண்டாவது. செல்விக்குப் பிறகு சிவகுமார். பல்லிமாதிரி பெரும் விஷமத்துடன் திரிபவன். வீரபாண்டியில் வீட்டுக்குக் கிழக்குப் பக்கத்தில் இருந்த ஓலைச் சாலையில் அவன் பீடி குடித்துக்காட்டியது இப்போதும் அந்தப் பச்சைக்கட்டு பீடியின் வாடையுடன் நினைவிலிருக்கிறது. அவனுக்குப் பிறகு லதாக் குட்டி. முந்தைய மூவருக்கும் இல்லாத ஒரு நிறமும் அறிவும் அவளுக்கு வாய்த்திருந்தது. எல்லோரையும் சுண்டியிழுக்கும் ஒரு முகம். லதாக்குட்டி திடீரென்று ஒரு நாள் செத்துப் போகமலிருந்திருந்தால் ஒரு வேளை அக்காவின் வாழ்க்கை சின்னாபின்னமாயிருக்காதுதான்.

அம்மணியக்காவை கட்டிக்கொடுத்தது வீரபாண்டியில். என் பள்ளிப் பருவத்தில் விடுமுறைக்கென்று நான் போன வெளியூர் வீரபாண்டிதான். திருப்பூரிலிருந்து பல்லடம் போகும் பாதையில் ஆறு கிலோ மீட்டரில் இருக்கிறது வீரபாண்டிபிரிவு. பிரிவிலிருந்து கிழக்குப் பக்கமாக இரண்டு கிலோ மீட்டர் தூரத்தில் ஊர். அரசினர் நடுநிலைப்பள்ளிதான் ஊருக்கு நுழைவாயில்போல வரவேற்கும். அதன் பரந்த மைதானத்தில்தான் திருப்பூரிலிருந்து வரும் 1ம் நம்பர் பஸ் வட்டமடித்துத் திரும்பி நிற்கும். பள்ளிக்கூடத்துக்கு வலதுபக்கமாய் இட்டேரி பாதை குளத்துக்குப் போகும். துரைசாமியுடன் ஒன்றிரண்டுதரம் மீன் பிடிக்கச் சென்றதுண்டு. குளத்துக்குப் போகும் பாதையிலேயே இருக்கும் சுடுகாடு அறியாத ஒரு பயத்தை விதைத்திருந்தது. இடதுபக்கமாய் இருக்கும் அம்மன் கோயில். ஆலமரத்தைச் சுற்றிக் கொண்டு போனால் ஊர் தெருக்கள் வந்துவிடும். அம்மணியக்காவின் வீடு தென்புறமாய் அரை பர்லாங்கு தூரத்துக்கு வெள்ளை மணலோடிக் கிடக்கும் கட்டாந்தரைப் பாதையில் நடந்தால் வடக்குப் பார்த்தமாதிரி இருக்கும். தொலைவிலிருந்தே ஆட்கள் வருவதைப் பார்த்துவிடலாம். வீட்டின் முன்பக்கம் நீண்ட திண்ணை. நடவையில் உள்ளே நுழைந்தவுடன் வலதுபக்கமாய் தறிக்கூடம். இடது பக்கம் ஒரு அங்கணம் முச்சூடும் புழங்குவதற்கு என்று காலியாகக் கிடக்கும். ராத்திரியில் அந்த காலி அங்கணத்தில்தான் பாய் போட்டு நாங்கள் ஐவரும் வரிசையாகப் படுத்துக் கிடப்போம். காலி அங்கணத்திலிருந்த ஒரு படி கீழே இறங்கினால் இடது பக்கமாய் சமையல் அறை. வலதுபக்கமாய் ஒரு படுக்கையறை. மாமா

அங்கேதான் படுத்திருப்பார். அதிலிருந்து கிழக்குப் பக்கமாய் வெளியே போக ஒரு கதவும் உண்டு. வெளியில் பப்பாளி, மருதாணி, அரளி, பூசணிக்கொடி என்று பசேலென்று கிடக்கும். ஒரு பெரிய சீனிப்புளிங்காய் மரம் நீண்ட கிளைகளுடன் கிளிக்கூட்டத்துடன் நின்றிருக்கும்.

தறிக்கூடத்தில் மேல்தறிகள் இரண்டும் கீழ் தறிகள் இரண்டும் உண்டு. மாமா நல்ல நெசவுக்காரர். அக்காவும் சுற்றுவேலையெல்லாம் முடித்துவிட்டு நெய்வதுண்டு. அவளுடைய தறியில்தான் துரையான் நெசவு பழகிக்கொண்டான். இன்னும் இரண்டு தறிகள் கூலித் தறிகள். நூல் எடுக்க மாமா திருப்பூருக்குத்தான் வருவார். வீட்டெதிரில் உள்ள பரந்த வெளியில் காலை நேரத்தில் வரிசையாக பாவு போட்டிருப்பார்கள். அக்காவுக்கு எப்போதும் ஏதாவது ஒரு வேலை இருந்துகொண்டேதான் இருக்கும். ராத்திரியில் எப்போது படுத்துக்கொள்வாள் காலையில் எப்போது எழுந்துகொள்வாள் என்றே கண்டுபிடிக்க முடியாது. வீட்டுக்குள் அவளுடைய கால்களும் கைகளும் இயங்கியபடியேதான் இருக்கும். அவள் சந்தோஷமாகத்தான் இருந்தாள் என்றோ இல்லை என்றோ சொல்லமுடியாத ஒரு முகபாவம்தான் அக்காவுடைய அடையாளம்.

★

லதாக்குட்டிக்கு இரண்டு வயது இருக்கும்போது திருப்பூருக்கு எடுத்துக்கொண்டு வந்திருந்தாள். திண்ணையில் உட்காரவைத்து “லதாக்குட்டி மூக்குத்தி எங்க போடுவே?”, “லதாக்குட்டி வளையல் எங்க போடுவே?” என்று கேட்க கேட்க அவள் ஒவ்வொரு இடமாய் தன் பிஞ்சுக் கைகளால் சிரிப்புடன் தொட்டுக்காட்டியது நினைவிலிருக்கிறது.

மறுநாள் அமாவாசை. இட்லிக்கு மாவரைக்கப் போகும்போது லதாக்குட்டியும்தான் போயிருக்கிறாள். வீட்டிலிருந்த ஆட்டாங்கல் மழுங்கிவிட்டதென்று ராங்கி வீட்டுக் கல்லில் அரைத்திருக்கிறாள். இரண்டு பாகம் அரிசியரைத்து முடிக்கும்போதே பொழுது இருட்டிவிட்டது. உளுந்தையும் போட்டு அரைத்து பொங்கி நுரைக்கிற

சமயத்தில் லதாக்குட்டி "ம்மா..ம்மா.. முள்ளு.. ள்ளு.." காலைத் தூக்கிக் காட்டியபடியே அழுதிருக்கிறாள். இடது கையால் உள்ளங்காலைத் தடவிப் பார்த்துவிட்டு "ஒண்ணுல்லடி செல்லம்.. இதோ ஆச்சு.. போயர்லாம்" என்று சமாதானப்படுத்தியபடியே உளுந்தை ஆட்டி எடுத்திருக்கிறாள். ஆட்டாங்கல்லைக் கழுவி இரைக்கும்போதுதான் தண்ணீரெடுக்கச் சென்றிருந்த செல்வி வந்து சேர்ந்திருக்கிறாள். அவளிடம் மாவுப்போசியைக் கொடுத்துவிட்டு அழுதுகொண்டேயிருந்த லதாக்குட்டியை இடுப்பில் தூக்கிக்கொண்டு வந்திருக்கிறாள். வரும் வழியிலேயே தோளில் சாய்ந்துவிட்ட குழந்தை அழுது ஓய்ந்துவிட்டது என்று நினைத்துக்கொண்ட அக்கா வீட்டுக்கு வந்ததும் கூடத்தில் படுக்க வைத்திருக்கிறாள். கை கால் முகமெல்லாம் கழுவிவிட்டு திரும்ப வந்து "வயித்துக்கு எதாச்சும் குடுத்தாவது படுக்கவெக்கலாம்.. அழுதுட்டே கெடந்துது" என்று லதாக்குட்டியை தொட்டபோதே உடம்பு சில்லிட்டிருந்தது. வாயில் பால் குடித்த மிச்சம்போல லேசான நுரை. அழுது புலம்பி உள்ளூர் டாக்டரையெல்லாம் கூட்டிக்கொண்டு வந்து, திருப்பூர் ஆஸ்பத்திரிக்குத் தூக்கிக்கொண்டு போயெல்லாம் ஒன்றும் ஆகவில்லை. லதாக்குட்டி அழுதுகொண்டே செத்துப் போய்விட்டாள். அவள் முள்ளுக் குத்தியதாய் சொன்னதை வைத்து ஆட்டாங்கல்லைப் புரட்டிப் பார்த்ததில் நல்ல முழங்கை நீளத்துக்கு ஒரு கட்டுவிரியன் பளபளத்துக் கிடந்திருக்கிறது.

லதாக்குட்டி செத்துப்போன ரெண்டாவது மாசமே மூன்று பிள்ளைகளுடன் அம்மணியக்கா ஒரு நாள் மட்ட மத்தியானத்தில் திருப்பூருக்கு வந்து சேர்ந்தாள்.

சாயங்காலம் பள்ளிக்கூடத்திலிருந்து வீட்டுக்குள் வரும்போதே துரையானைப் பார்த்ததில் எனக்கு சந்தோஷம் தாங்கவில்லை. அரையாண்டு லீவே விடவில்லை, அதற்குள் எப்படி வந்தான் என்றெல்லாம் கேள்விகள் இருந்தாலும் மூன்று பேரும் ஊருக்கு வந்திருந்த சந்தோஷத்தில் அதையெல்லாம் நான் யோசிக்கவில்லை. சாயங்காலம் பொழுது இருளும்வரை கிரிக்கெட் ஆடிவிட்டு வீட்டுக்கு வந்தபோதுதான் அக்கா அழுதுகொண்டிருப்பதைப் பார்த்தேன். செல்வி வாசற்படியில் உட்கார்ந்திருந்தாள். அவளுக்கு என்னைப் பார்த்து சிரிக்கலாமா

கூடாதா என்று குழப்பம். “நீயேண்டி இப்புடி புள்ளைங்களக் கூட்டிட்டு பொறப்பட்டு வந்தே? உள்ள கால வச்சா வெறவுக் கட்டையிலயே சாத்துவேன்னு தெகிரியமா நின்னா மீறி எவ உள்ள வருவா?” அம்மாதான் ஓயாமல் பேசிக்கொண்டேயிருந்தாள். அப்பா பின்னந்தலையை உள்ளங்கையால் நிரவியபடியே தாங்குமரத்தில் சாய்ந்திருந்தார். ஒரு இணுக்கு புகையிலையை கடவாயில் இருத்திக்கொண்டால் போதும் அவருக்கு. அநாவசியமாய் பேசவும் வேண்டாம். அங்கலாய்த்துப் புலம்பவும் வேண்டாம். “இந்தப் புள்ளைங்கள கூட்டிட்டு இங்க வந்து நிக்கறவ அங்கயே தெகிரியமா உக்காந்துருந்தா அவன் என்ன செஞ்சுருவான்?” அம்மா கேட்ட கேள்விக்கு அப்பாதான் பதில் சொன்னார். “இவ தைரியம் தெரியாது. மொதல்லேர்ந்தே பயந்த சுபாவம். முணுக்குன்னா அழுதுருவா...”. எல்லோரும் கூடியிருந்து சுற்றி வளைத்துப் பேசியதிலிருந்து சவுண்டப்பன் மாமா இன்னொரு கல்யாணம் செய்துகொள்ளப் போவதைப் புரிந்துகொள்ள முடிந்தது.

சவுண்டப்பன் மாமாவா? அதிர்ந்து பேசவோ அப்பாவைப் போல கோபத்தில் நெற்றி நரம்பு புடைக்க பற்களை நெரித்து மிரட்டவோ தெரியாதவர். கச்சிதமாக சுருட்டி மடிக்கப்பட்ட முழுக்கை சட்டையும் வேட்டியுமாய் பாங்காக இருக்கத் தெரிந்தவர். அவர் நெசவு நெய்யும்போது நெய்கிற சத்தம்கூட அளவாகத்தான் இருக்கும் என்று சொல்வார்கள். கும்மென்ற முகம். அப்போதுதான் தூங்கி எழுந்து வந்ததுபோல கண்கள் வெளியே பிதுங்கிக்கொண்டு நிற்கும். கன்னத்து சதை தொங்கி வழிய கோடுபோட்டது போல மீசையும் பருத்த உதடுகளுமாய் அவரது முகம் எப்போதும் இணக்கம் கொண்டுதான் இருக்கும். அவர் நிறைய பேசிக் கேட்டதில்லை. கீச்சுத்தன்மைகொண்ட குரல். ‘சவுண்டப்பன் ஒரு மசையன்’ என்றுதான் அப்பாவுக்கு அபிப்ராயம்.

‘மசையனாட்டம்’ இருந்த மாமாதான் சவுந்தரியை ரெண்டாம் தாரமாய் கல்யாணம் கட்டிக்கொள்வதாய் அக்காவிடம் சொல்லி விடுதலைப் பத்திரத்தில் கையெழுத்துக் கேட்டிருக்கிறார். கையெழுத்துப் போடமாட்டேன் என்று சொல்லிவிட்டு குழந்தைகளை அழைத்துக்கொண்டு திருப்பூர்

வந்துவிட்டாள். சவுந்தரி சவுண்டப்பன் மாமாவின் ஒன்றுவிட்ட அக்கா மகள். கல்யாண வயசாகியும் மாப்பிள்ளை ஒன்றும் தகையாமல் வீரபாண்டிக்கும் செலக்கரிச்சலுக்குமாய் ஊசலாடிக்கொண்டிருந்தாள். அவளும் கருப்புதான். ஆனால் பார்த்தவுடன் ஆளை ஈர்க்கும் ஏதோவொரு அம்சம் அவளிடம் உண்டு.

லதாக்குட்டி பிறந்ததிலிருந்தே இந்த பிரச்சினை தொடங்கிவிட்டிருக்கிறது. அக்காதான் இதெல்லாம் சும்மா பேச்சுக்குத்தான், நடைமுறைக்கு வராது என்று அசால்டாக இருந்துவிட்டாள். சவுண்டப்பன் மாமா ஆனால் பிடிவாதமாக இருந்திருக்கிறார். இதற்கு மாமாவின் வீட்டில் அவருடைய அம்மா தொங்கட்டான் கிழவியும் அப்பா ராமர்பெருமாளும் ஒத்தாசை வேறு. கிழவிக்கும் ராமர்பெருமாளுக்கும் அதென்னவோ அக்காவின் கல்யாண நாளிலிருந்தே இனம்புரியாத ஒரு குறை. திருப்பூர் பேச்செடுத்தாலே கிழவி தொங்கட்டான்கள் அபாயகரமாய் ஆட தலையை ஆட்டிக்கொண்டு குறைசொல்லத் தொடங்கிவிடுவாள். ராமாயணத்தில் ராமர் வேஷம் போட்ட பெருமையை பேரில் வைத்துக்கொண்டு பூ விழுந்த இடதுகண்ணோடு திண்ணையில் எப்போதும் குழந்தைகளுக்கு ராமகாதையை சொல்லிக் கொண்டிருக்கும் பெருமாளுக்கும் இதே எண்ணம்தான். பேத்தியை மகனுக்கு கட்டி வைத்துவிடுவதில் பிடிவாதமாகவே இருந்திருக்கிறார்கள்.

திருப்பூருக்கு வந்த நாளில் தொங்கிப் போன அக்காவின் முகம் எனக்குத் தெரிந்து கடைசிவரையில் தெளிச்சையாகவே இல்லை. இத்தனைக்கும் ஊருக்குத் திரும்பிப் போக எத்தனையோ மூணாதாரர்கள் சமாதானம் செய்தும் பிடிவாதமாய் இருந்துவிட்டாள். அப்பாவும் அக்காவின் விருப்பத்திற்கு மாறாக எதையும் செய்ய உத்தேசிக்கவில்லை. வீட்டின் இடது புறம் இருந்த காலி மனையில் இரண்டங்கணத்தில ஓட்டுச்சாலை ஜல்லித்தரையுடன் போடப்பட்டது. சுற்றிலும் தடுக்கு வைத்து மறைத்து ஒரு தறியும் போட்டுக் கொடுத்தார் அப்பா. தனிக்குடித்தனம் என்று இல்லாவிட்டாலும் தறிக்காவது சாலை தேவையாக இருந்தது. துரையானும் அக்காவுமாய் நெய்யத் தொடங்கியதும் அவளது ரணம் கொஞ்சம் ஆறினாற்போல

தெரிந்தது. ஆனாலும் சவுண்டப்பன் மாமா மேலுக்கு மேலாய் ஆட்களை அனுப்பி அந்த ரணத்தை கிளறிவிட்டுக் கொண்டேதான் இருந்தார்.

துக்கத்தை வாய்விட்டு அழுதும் ஆற்றிக்கொள்ளாமல், தைரியமாய் எதிர்கொண்டு விரட்டியும் விடாமல் மனசுக்குள்ளேயே போட்டு புழுங்கிக்கொண்டிருந்ததில் சீக்கிரத்திலேயே உடம்புக்கு வந்துவிட்டது. ஏற்கனவே ஒற்றைநாடியாய் இருந்தவள் இன்னும் இளைத்துத் துரும்பாகிவிட்டாள். துக்கம் அவளை உருக்கிக்கொண்டே இருந்தது. மாற்றி மாற்றி அப்பாவும் வைத்தியம் பார்த்தார். சித்தவைத்தியம், சிதம்பரம் டாக்டரிடமிருந்து வைட்டமின் டானிக் என்று தொடர்ந்து எதையாவது செய்துகொண்டேதான் இருந்தார்.

இதற்கு நடுவில் ஒரு நாள் சிவக்குமார் சாயங்காலம் பள்ளிக்கூடத்திலிருந்து வீட்டுக்குத் திரும்பவில்லை. ஆளுக்கு ஒரு பக்கமாய் நாங்கள் தேடிக்கொண்டிருந்தபோது அக்கா மட்டும் அலட்டிக் கொள்ளாமல் அரிசியில் கல் பொறுக்கிக்கொண்டிருந்தாள். "ஊருக்குத்தான் போயிருப்பான். அவங்கப்பான்னாதான் அவனுக்கு இஷ்டம்" என்று சாவதானமாக சொன்னாள். அவள் சொன்னபடி சிவக்குமார் ஊருக்குத்தான் போய்விட்டிருந்தான். பிள்ளை போனவுடனே அவளுக்கு மிச்சமிருந்த நம்பிக்கையும் போய்விட்டது போல படுத்த படுக்கையானாள்.

யாரோ சொன்னார்கள் என்று ஒரு நாள் அக்காவைப் பிடித்திருந்த பேயை விரட்டவென்று அமாவாசை ராத்திரியில் பூசையும் நடந்தது. அன்றைக்கு எங்களை ஆனந்தா கொட்டாயில் "ஆலயமணி" சினிமா பார்க்க ரெண்டாவது ஆட்டத்துக்கு அனுப்பிவைத்தார்கள். இடைவேளைக்குப் பிறகு துரையானும் நானும் வந்துவிட்டோம். நாங்கள் வந்ததை யாரும் கவனிக்கவில்லை. தடுக்கு வைத்து தடுத்த உள்ளறையில் பூசைப்பொருட்கள் விஸ்தாரமாய் கிடந்தன. நட்டநடுவில் வாழை இலையில் உரு ஒன்று பயங்கரமாய் வீற்றிருந்தது. அக்காவை ஒரு மனையில் உட்கார்த்தியிருந்தான் அந்த பூசாரி. கழுத்தில் பலவிதமான ஆரங்களை அணிந்திருந்த பூசாரியின்

எம்.கோபாலகிருஷ்ணன்

தொப்பை அபாரமாயிருந்தது. காதில் ஒரு கடுக்கன். சிவப்பு நிற வேட்டியும் இடது கை புஜத்தில் கருப்புகயிறும் கட்டியிருந்தான். நானும் துரையானும் எட்டிப் பார்த்தபோது அக்கா தலையை கவிழ்த்தி உட்கார்ந்திருந்தாள். சாம்பிராணி புகை மணக்க பூசாரியின் உதடுகள் ஏதோவொரு மந்திரத்தை உச்சாடணம் செய்திருந்தன.

வெகு நேரம் வரை ஒன்றுமே நடக்கவில்லை. பூசாரி ஏதோவொரு நிமிடத்தில் பயங்கரமான ஒரு காரியத்தை செய்யப்போகிறான் என்ற எங்களுடைய கற்பனைக்கேற்ப எதுவும் நடக்கிற அறிகுறியையே காணவில்லை. எதிர்வீட்டு மீனாட்சி அத்தை எங்களை விரட்டினாள். அவளுக்கு பயந்து விலகுவதுபோல நழுவி மறுபக்கமாய் வந்து தடுக்கை எட்டிப் பார்த்தோம். இப்போது அக்கா நேருக்கு நேராக தெரிந்தாள். தலையை மெல்ல ஆட்டத் தொடங்கியிருந்தாள். பூசாரி வலுத்த குரலில் வரிசையாக கேள்விகள் கேட்டபடியே அக்காவின் முகத்தில் விபூதியை உதறியடித்துக் கொண்டிருந்தான். தலையை உலுக்கியபடியே அக்காவிடமிருந்து மெல்லிய உறுமல்கள் வெடிக்கத் தொடங்கின. தலையின் ஆட்டம் வலுக்கும்தோறும் அவளது குரலின் ரீங்காரமும் இசைந்து வலுக்கத் தொடங்கியது. எனக்கு கைகால்கள் உதறத் தொடங்க அங்கிருந்து நகர்ந்துவிட முனைந்தேன். துரையான் எனக்கு முன்பே தலையை கவிழ்ப்பதும் நிமிர்ந்து பார்ப்பதுமாய் தவித்துக் கொண்டிருந்தான். ஆனாலும் ஏதோவொன்று இருவரையும் நகரவிடாமல் பார்க்க செய்தது.

பளீரென்று ஒரு ஓசை. தொடர்ந்து அக்காவின் ஓலம். பூசாரி நீண்ட வேப்பம்விளாறால் அக்காவின் முதுகில் சாத்தினார். வலியும் வேதனையுமான அந்த ஓலம் எங்களிருவரையும் தெருவுக்கு தூக்கி வீசியது. மறுபடியும் ஆனந்தா கொட்டாய் வரைக்கும் மூச்சு வாங்க அந்த இருட்டிலும் ஓடினோம். படம் இன்னும் ஓடிக்கொண்டிருந்தது. மீண்டும் உள்ளே விடமாட்டார்கள். வீட்டிற்குத் திரும்பிப் போகும் துணிச்சலும் இல்லை. தியேட்டரின் முகப்பிலிருந்த விளக்கு வெளிச்சத்தில் உட்கார்ந்து கொண்ட இருவரும் படம் விட்டு ஆட்கள் வெளியே வரும்வரையிலும் ஒருவருக்கொருவர் பேசிக்கொள்ளவே இல்லை.

அடுத்த நான்கு நாட்கள் வரையிலும் அக்காவை யாரும் பார்க்கவே முடியவில்லை. அந்த அறைக்குள்ளேயே அடைந்து கிடந்தாள். வலியும் வேதனையுமாய் அவளுடைய அனத்தல் பின்னிரவுகளில் கேட்டிருந்தது. ஒரு ஆண் பேயும் ஒரு பெண் பேயுமாய் இரண்டு ஆவிகள் அவளைப் பிடித்துக் கொண்டிருந்ததாயும் அதனால்தான் இத்தனை கடுசாய் பாதிக்கப்பட்டிருப்பதாயும் அம்மா அங்கலாய்ப்பும் அச்சமும் தோய்ந்த குரலில் விசாரிப்பவர்களிடமெல்லாம் சொல்லிக்கொண்டிருந்தாள். பௌர்ணமிக்குப் பிறகு தோஷம் முச்சூடும் கழிந்துவிடுமென்றும் புருஷனே மனந்திருந்தி வந்து அழைத்துப் போய்விடுவானென்றும் நம்பிக்கையுடன் சொன்னாள். அப்பா இதற்கெல்லாம் பதில் பேசவேயில்லை. அவர் முகத்திலும் இப்போது அக்காவிடமிருந்த விசனம் நிழலாடத் தொடங்கியிருந்தது.

பௌர்ணமிக்கு அடுத்த நாளே சேதி வந்தது. சவுண்டப்பன் மாமாவுக்கும் சவுந்தரிக்கும் சிவன்மலையில் கல்யாணம் முடிந்துவிட்டது. சவுந்தரி நேராக வீரபாண்டியில் மாமாவின் வீட்டுக்கே குடித்தனத்துக்கு வந்துவிட்டாள். கணபதிபாளையம் அம்மன் கோயில் பூசாரி இந்த சேதியை சொல்லும்போது மதியம் மணி மூன்றிருக்கும். அப்பா வேட்டியைக் கூட இடுப்பில் கட்டிக்கொள்ளாமல் தறிமேடையில் உட்கார்ந்திருந்தார். அக்கா அறைக்குள்ளிருந்து தலையை வெளியே நீட்டாமல் சொல்வதை ஒன்றுவிடாது கேட்டிருந்தாள். முகம் இறுகியிருந்தது. அழவில்லை. அம்மாதான் மெதுவாக கண்ணீர்விட்டு அழத் தொடங்கினாள்.

நாலரை மணிவாக்கில் அக்கா துரையானையும் செல்வியையும் அழைத்து புறப்படச் சொன்னாள். எங்கே என்று கேட்டதற்கு "நம்ம வீட்டுக்குத்தான்" என்று ஒற்றை வார்த்தையில் பதில் சொன்னவள் கட்டியிருந்த புடவையையே திருத்திக் கட்டிக்கொண்டாள். அம்மன் படத்துக்கு முன்னால் நின்று கையெடுத்துக் கும்பிட்டவள் நெற்றி நிறைய திருநீறைப் பூசிக்கொண்டாள்.

“இப்ப போறேன்னு நிக்கறவ அவ வர்றதுக்கு முன்னாடியே அங்க போயி நின்னுருந்தாலாச்சும் பரவால்லே.. இப்ப போயி என்னடி பண்ணப்போறே?” அம்மாவின் கேள்விக்கு அக்கா பதில் சொல்லவில்லை. “நா அங்கயே போயர்றேன்ப்பா..” அப்பாவின் முகத்தைப் பார்த்து பேசவில்லை. அப்பா மனமொடிந்திருக்க வேண்டும். “இரு வர்றேன்..” என்று போனவர் பெரியதாத்தாவிடமும், மில்லுக்கார மாமாவிடமும் அக்காவின் முடிவைப் பற்றி ஆலோசித்திருக்கிறார். “செரி போறேன்னு சொல்றான்னா.. போய்த்தான் பாக்கட்டுமே” என்று அவர்கள் சொல்லவும் அக்காவை ஊருக்குக் கொண்டுபோய் சேர்த்தார். 1ம் நம்பர் பஸ்ஸிலிருந்து இறங்கியதுமே அக்கா “நீங்க இதே பஸ்லே ஊருக்குப் போயிருங்க.. அங்க இப்ப வரவேண்டாம்” என்று சொல்லிவிட்டு நடக்கத் தொடங்கிவிட்டாள். அப்பாவுக்கு மனசு ஆறவில்லை. பள்ளிக்கூடத் திண்ணையிலேயே உட்கார்ந்திருந்துவிட்டு கடைசி பஸ்ஸில் ஊருக்குத் திரும்பிவிட்டார். வீட்டுக்கு வந்து சாப்பிட மனமில்லாமல் வாசற்படியில் உட்கார்ந்து ஒரு சொம்பு தண்ணீரைக் குடித்தார். அதற்குள் சிதம்பரம் டாக்டர் வீட்டுக்கு வீரபாண்டியிலிருந்து போன் வந்துவிட்டது.

அக்கா செத்துப்போய்விட்டாள்.

இரண்டு பிள்ளைகளோடு வீட்டுக்குப் போனவள் திண்ணையில் உட்கார்ந்து சிவகுமாரை அழைத்து பக்கத்தில் உட்கார வைத்துக்கொண்டாள். பக்கத்து வீட்டிலிருந்து ராங்கியும் பழக்கார கவுண்டிச்சியும் பழனிக்காரர் வீட்டு அம்மாவும் வந்து எவ்வளவோ சொல்லியும் ஒரு சொட்டு தண்ணீரைக்கூட வாங்கிக் கொள்ளவில்லை. பிள்ளைகள் மூவரையும் அருகில் வைத்துக்கொண்டு “உங்கப்பாகிட்ட கொண்டு வந்து சேத்துட்டேன். கருத்தா இருந்து பொழச்சுக்கங்க” என்று புத்திமதி சொல்லிவிட்டு அங்கேயே படுத்துக்கொண்டாள். கண்ணசந்தாற்போல தலைசாய்த்தவள் உயிர் அப்படியே பிரிந்திருந்தது. சவுண்டப்பன் சவுந்தரியுடன் திருப்பூருக்கு சினிமாவுக்கு போயிருந்தவன் இரவு திரும்பும்போது மணி பத்தாகிவிட்டது. அவர்கள் வரும்போது வாசலில் விளக்கெரிய கும்பலாக இருந்தது.

ராத்திரியோடு ராத்திரியாக வீரபாண்டிக்குப் போய் காரியத்தை முடித்துவிட்டு ஒரு வார்த்தை பேசாமல் வீடு திரும்பிவிட்டார்கள்.

★

அதற்குப் பிறகு வீரபாண்டிக்கும் எங்களுக்கும் எந்தவித தொடர்பும் இல்லாமலாகிவிட்டது. துரையான், சிவகுமார், செல்வியைப் பற்றியெல்லாம் எப்போதாவது வீரபாண்டிக்கு போய்வருபவர்கள் தகவல் சொல்வார்கள். அதுவும் குறைந்து வீரபாண்டியில் அம்மணி அக்கா இருந்தது என்பது ஒரு பழங்கதையைப் போல நினைவிலிருந்து மெல்ல மெல்ல விலகிப்போய்விட்டது.

அக்கா செத்துப்போய் ஏழெட்டு வருடமாகியிருக்கும். ஒரு நாள் அமாவாசை. ஊரே அமாவாசையின் அமைதியுடன் மதிய நேரத்து களைப்புடன் அடங்கியிருந்தது. நானும் ராஜேந்திரனும் இந்தியா இலங்கை கிரிக்கெட் மேட்சை பார்த்துக்கொண்டிருந்த நேரம் வாசலில் சத்தம் கேட்டது. லுங்கியை இடுப்பில் இறுக்கியபடி வெளியே வந்தேன்.

ஒரு சிறுமியுடன் அவள் நின்றிருந்தாள். என்னைப் பார்த்ததும் சிரிப்பதா வேண்டாமா என்ற குழப்பம் அவள் முகத்தில். ஒரு நொடியில் அந்த கோணல் உதடுகள் செல்வியை அடையாளம் காட்டின. கல்யாணமும் குழந்தைப்பேறும் பெண்களை என்னதான் அடியோடு மாற்றினாலும் முக அடையாளங்களை அடியோடு மாற்றிவிட முடிவதில்லை. "செல்வி.. நல்லா இருக்கறயா.. வா.. உள்ள வா.." என்று அழைத்தேன். ஒரு நீண்ட தயக்கத்திற்கு பிறகு மெதுவாக உள்ளே வந்தாள். அவளுடைய மகள் அதே ஜாடையுடன் இடுப்பிலிருந்து மிரட்சியுடன் இறங்கியது. "அம்மாவும் அப்பாவும் இப்பதான் சித்தி வீட்டுக்கு போனாங்க." என்றபடியே தண்ணீர் கொண்டுவந்து தந்தேன். பாயில் உட்கார்ந்தவளிடம் லேசான பதற்றம். வேர்வையைத் துடைத்துக்கொண்டாள். மரத்திலிருந்த காலையில் பறித்த கொய்யாப்பழம் ஒன்றை குழந்தையிடம் தந்தேன். "எத்தன கொழந்தங்க செல்வி?" ஏதாவது பேச வேண்டும் என்கிற தோரணையில் என்

கேள்வி இருந்தது. "இவ ரெண்டாவது. மொதல்ல பையன். ரெண்டாங்கிளாஸ் படிக்கறான்." துரையானைப் பற்றி, சிவகுமாரைப் பற்றியெல்லாம் கேட்கவேண்டுமா என்று யோசித்துக் கொண்டிருந்தபோது செல்வியின் பார்வை சுவரில் மாட்டப்பட்டிருந்த பட வரிசையிலேயே நிலைத்திருந்ததைப் பார்த்தேன். அந்த வரிசையில் மூன்று படங்கள். முதலாவது படம் சுந்தரம், ராஜேந்திரனுடன் நான், தொங்கு மீசையும் வட்ட காலர் சட்டையுமாய் மினர்வா ஸ்டுடியோவில் எடுத்தது. இரண்டாவது படத்தில் நெசவாளர் சங்கத்தின் இயக்குநர்கள் சேர்ந்து எடுத்துக் கொண்ட படம். அப்பா வலமிருந்து மூன்றாவதாக நாற்காலியில் உட்கார்ந்திருக்கும் படம். மூன்றாவது படம் அப்பாவின் பண்டரி பஜனை கோஷ்டி படம். அப்பா மிருதங்கத்துடன் கழுத்தில் கதம்ப மாலையுடன் இடது ஓரத்தில் உட்கார்ந்திருப்பார். மத்தியில் காடபாளையத்துக்காரர், வாத்தியார் வெள்ளிங்கிரி ஆர்மோனியத்துடன். அதற்கடுத்து கஞ்சிராவுடன் அய்யாவு, பக்கத்தில் கொண்டப்ப முதலியார் ஜால்ரா செட்டுடன். இவர்களைத் தவிர ராசப்பன், நடவை நாச்சிமுத்து, கோவிந்தராஜ் என்று எட்டு பேர் கொண்ட படம்.

செல்வி நான் இருந்த படத்தைத்தான் பார்த்துக் கொண்டிருந்தாள். காரணம் அந்தப் படத்தின் கண்ணாடி சட்டத்துக்குள் இன்னொரு படமும் இருந்தது. இடது ஓரமாய் கீழே ஒரு பாஸ்போர்ட் அளவு கருப்பு வெள்ளை புகைப்படம். அம்மணி அக்காவின் புகைப்படம். எலும்பும் தோலுமாய் கண்களில் தீராத துயரமும் வாழ்வின் மீதான நம்பிக்கையின்மையுமாய் கேமராவை விட்டேத்தியாய் பார்த்துக் கொண்டிருக்கும் படம். மாமாவிடமிருந்து பிரிந்து வந்து இங்கே இருந்த சமயத்தில் நெசவாளிகளுக்கு வங்கிக்கடன் வழங்கும் ஒரு சந்தர்ப்பத்தில் எடுக்கப்பட்ட படம். அதிலிருந்த ஒரு பிரதியை அவள் செத்துப்போன சமயத்தில் இந்த கண்ணாடிச் சட்டத்துக்குள் போட்டு வைத்திருந்தேன். அதைத்தான் செல்வி பார்த்துக்கொண்டிருந்தாள்.

கண்களில் ஈரம் மினுக்க குழந்தையை மடியில் வைத்துக்கொண்டு அந்த புகைப்படத்தை காட்டினாள். "அவ்வா.. பாரு அதான் நம்ம அவ்வா" என்று சொல்லும்போது

அவள் குரல் தளுதளுத்தது. குழந்தை புரியாமல் அவள் காட்டிய திசையைத் துழாவியது.

படத்தில் நிலைத்த அவள் பார்வையும் குரலின் தளுதளுப்பும் கண்களின் ஈரமும் என்னிடம் நிறைய கேள்விகளை எழுப்பின. என்னென்னவோ கேட்க நினைத்தேன். ஒன்றும் பேசாமல் நின்றேன்.

செல்வி எழுந்துகொண்டாள். "பாவா போயிட்டு வர்றேன்" என்றவள் மீண்டும் படத்தின் அருகில் நின்று பார்த்தாள். "அம்மாவோட படமே எங்கிட்ட இல்லே.. பாவா" என்றவள் பெருமூச்சுடன் செருப்பை அணிந்துகொண்டாள்.

"இரு செல்வி.." என்று அவளிடம் சொல்லிவிட்டு உள்ளே வந்தேன். படத்தைக் கழற்றி அதன் பின்னாலிருந்த தகரத்தை விலக்கி அக்காவின் புகைப்படத்தை வெளியே எடுத்தேன். ரேடியோ மேடையிலிருந்த ஒரு சிறிய உறையில் அதைப் போட்டு வெளியே நின்றிருந்த செல்வியின் கையில் கொடுத்தேன்.

"உங்ககிட்ட வேற இருக்கா பாவா.." செல்வியின் கண்களில் மீண்டும் ஈரம்.

"பரவால்லே.. நீ வெச்சுக்க.. இங்கிருந்து என்னாகப் போகுது.. நீ எடுத்துட்டு போ" என்று சிரித்துக்கொண்டே சொன்னேன். வயர் கூடையிலிருந்த சிறிய பர்சில் அந்த உறையை பத்திரப் படுத்திக்கொண்டு செல்வி விடைபெற்றுப் போனாள்.

அதற்குப் பிறகு, இதோ இப்போதுதான் செல்வியைப் பார்க்கிறேன். அன்று அவள் வீட்டுக்கு வந்தபோது நானும் அவள் எங்கே இருக்கிறாள் என்று கேட்கவில்லை. அவளும் சொல்லவில்லை. அன்றைக்கு அக்காவின் புகைப்படத்தை எடுத்த பிறகு என்னுடைய படத்தில் ஏற்பட்டிருந்த வெற்றிடத்தின் தடம் இன்னும் மறையாமல்தான் இருக்கிறது. ஆனால் அந்தப் படம் செல்வியின் வீட்டில் அன்றுவரையில் இருந்த ஏதாவது ஒரு வெறுமையை நிரப்பியிருக்கக்கூடும். நிச்சயமாய்.

(2007)

சுயவிபரக்குறிப்பு

எம்.கோபாலகிருஷ்ணன் *(51)*
வணிகவியலிலும் இந்தி இலக்கியத்திலும் முதுகலைப் பட்டம்.
சொந்த ஊர் திருப்பூர்.
வசிப்பிடம் கோவை.

நாவல்கள்

அம்மன் நெசவு (2002)
மணல் கடிகை (2004, 2012)
மனைமாட்சி (2018)

குறுநாவல் தொகுப்பு

வால்வெள்ளி (2018)

சிறுகதைத் தொகுப்புகள்

பிறிதொரு நதிக்கரை (2000, 2015)
முனிமேடு (2007)
சக்தியோகம் (2018)

கவிதைத் தொகுப்பு

குரல்களின் வேட்டை (2000)

கட்டுரைத் தொகுப்பு
நினைவில் நின்ற கவிதைகள் (2018)
சிறுவாணி வாசகர் மையம், கோவை
மொழி பூக்கும் நிலம் (2019)
ஒரு கூடைத் தாழம்பூ (2019)

மொழிபெயர்ப்புகள்

ஆங்கிலத்திலிருந்து தமிழுக்கு...

ஈஷாவாஸ்ய உபநிஷத் - ஒரு அறிமுகம் (1999)

ஒரு அடிமையின் வரலாறு - வாழ்க்கைச் சரிதம் - பிரடெரிக் டக்ளஸ் (2001)

வாழ்விலே ஒரு நாள் - நாவல் - சோல்ஸெனிட்சன் (2003)

காதலின் துயரம் - நாவல் - கதே (2006)

இந்தியிலிருந்து தமிழுக்கு...

சிவப்புத் தகரக் கூரை - நாவல் - நிர்மல்வர்மா (2013) - காலச்சுவடு

துயர் நடுவே வாழ்வு - திகார் பெண் கைதிகளின் கவிதைகள் - 2015 - காலச்சுவடு

இணையாக்கங்கள்

இலக்கிய உரையாடல்கள் (ஜெயமோகனுடன் இணைந்து கண்ட நேர்காணல்கள்) - (2006) (எனி இண்டியன்.காம்)

வீட்டின் மிக அருகே மிகப் பெரும் நீர்ப்பரப்பு (செங்கதிர் தொகுத்த ரேமண்ட் கார்வரின் சிறுகதைத் தொகுப்பு) - (2014) (காலச்சுவடு)

விருதுகள்

கதா தேசிய விருது 1999

தமிழக அரசின் சிறந்த மொழிபெயர்ப்பாளர் விருது 2001

தஞ்சை பிரகாஷ் விருது 2018